இதுவே சனநாயகம்!

தொ. பரமசிவன்

நற்றிணை பதிப்பகம்

எண்: 136, தரைத்தளம், சோழன் தெரு,
ஆழ்வார் திருநகர், சென்னை – 600 087.
மின்னஞ்சல்: natrinaipathippagam@gmail.com
தொலைபேசி : 044-4273 2141
அச்சாக்கம் : துர்கா பிரிண்டர்ஸ், சென்னை – 600 005.

பொருளடக்கம்

சமயமும் வழிபாடும்

பெண் பூசாரிகளும் தாய்த் தெய்வ வழிபாடுகளும்	3
பண்பாட்டின் வாழ்வியல்	5
குலதெய்வம்: இது எங்க சாமி!	8
இதுவே சனநாயகம்!	11
சமய எச்சங்கள்	14
கல்லறைகள் அல்ல விளைநிலங்கள்	18
நாலாயிர திவ்வியப் பிரபந்தமும் பக்தி இயக்கமும்	21
தொலைந்துபோன பொன்தொடரியின் கண்ணிகள்	26
தேவாங்கர் வாழ்வும் வழிபாடும்	29
பேரக் குழந்தைகள்	31

உறவும் முறையும்

தம்பி உடையான்	33
கைம்பெண்ணும் சொத்துரிமையும்	36
சைமன் காசிச் செட்டி	40

ஆளுமைகள்

தமிழ்நாட்டுக் கோசாம்பி	44
நம்பமுடியாத புலமையாளர்	47
திருக்குறள் அறிமுகவுரை	50

நூலறிமுகம்

குடும்ப விளக்கு: அறிமுகம்	55
இருபதாம் நூற்றாண்டின் முதல் அறிவியல் தமிழ் நூல்	63
நிகண்டு	68

மதிப்புரைகள்

சிறுகதை, நவீன மனிதனின் குரலாகக் கேட்கிறது	73
அறம் / அதிகாரம் ஒரு பார்வை	78
தமிழகத்தில் நாடோடிகள்	86
கிரியாவின் (க்ரியா) அகராதி	90

ஆய்வுப்பார்வை

சீறாவின் கடவுள் வாழ்த்து – ஓர் ஆய்வு	96
பொருநை நதியோரம்	104
திருமுலைப் பிரசாதம்	107
மறந்துபோன நேற்று	110

பெண் பூசாரிகளும் தாய்த் தெய்வ வழிபாடுகளும்

இன்று பூசாரித்தொழில் பெருந்தெய்வக் கோயில்களிலும் நாட்டார் தெய்வக் கோயில்களிலும் ஆண்களுடையதாகவே இருக்கிறது. பெருந்தெய்வக் (அரச ஆதரவு) கோயில்களில் ஒரு காலத்தில் நெல் குத்துதல், பெருக்குதல், மெழுகுதல் ஆகிய தொழில்களுக்கு மட்டுமே பெண் பணியாளர்கள் நியமிக்கப்பட்டனர்.

இவையன்றித் தேவரடியார் எனப்படும் பெண்கள் கோயில்களில் குடவிளக்கு ஏந்திச் சுற்றிவரவும் நடனமாடவும் நியமிக்கப்பட்டிருந்தனர். நாட்டார் தெய்வக் கோயில்களிலும் பெண்களைப் பூசாரிகளாக அனுமதிப்பதில்லை. ஆனால் சாமியாட மட்டும் அனுமதிக்கப்படுகின்றனர். பழங்குடி மக்கள் இயற்கைத் தீட்டாகக் கண்ட பெண்ணின் உடலியல் மாற்றங்களைப் பார்ப்பனியமும் ஆணாதிக்கத்துக்கான முதற்படியாக ஆக்கிக் கொண்டது. கிறிஸ்து வத்திலும் இஸ்லாத்திலும் பெண்கள் பூசாரிகளாக (மௌலவிகளாக) அனுமதிக்கப்படுவதில்லை.

ஆனால், கடவுள் வழிபாட்டின் தொடக்க காலத்தில் பெண்களே பூசாரிகளாக இருந்துள்ளனர். இத்தகைய மறைந்துபோன வரலாற்று நிகழ்வைக் காட்டும் விதிவிலக்குகள் உலகில் அங்கங்கே இன்றும் காணப்படுகின்றன.

தமிழ்நாட்டிலும் 'காமக்கோட்டம்' என அழைக்கப்பட்ட பெண் தெய்வக் கோயில்களில் பெண் பூசாரிகளே இருந்திருக்க வேண்டும். இன்றும் திருச்சிக்கு அருகே திருவானைக்கா அகிலாண்டேஸ்வரி கோயிலில் ஒவ்வொரு நாளும் ஒருமுறை ஆண் பூசாரி புடவையைத் தன்மீது சுற்றிக்கொண்டு பெண்போல நின்று, பூசனை செய்யும் வழக்கம் உள்ளது.

நெல்லை காந்திமதி, காஞ்சி காமாட்சி, மதுரை மீனாட்சி, திருக்கருகாவூர் கருக்காத்த நாயகி (கர்ப்பரட்சாம்பிகை), கரூர் ஆநிரைநாயகி முதலிய கோயில்கள் ஒரு காலத்தில் காமக்கோட்டங் களாகவே இருந்திருக்க வேண்டும். பிற்காலத்தில் அரசுகள் நிலைபெற்ற பின்னர் இவை ஆண்துணையோடு சேர்க்கப்பட்டு இவற்றின் கோயில்கள் சாமிக் கோயில்களாக மாற்றப்பட்டன.

தமிழ்நாட்டின் பழைய தாய்த்தெய்வங்களில் ஒன்றான மதுரை மீனாட்சி இன்னும் திருமணத்துக்கு முன்பே அரசியாக முடிசூட்டிச் செங்கோல் தாங்கி அரசியல் கடமைகளை நிறைவேற்றுவதைப் பார்க்கின்றோம். அவள் கணவன் அரசன் ஆகாமல் கோமகனாகவே (Duke) அமைகின்றான். இந்தத் திருவிழாவின் பொருளைச் சகிக்க முடியாத ஆணாதிக்கம் கொண்ட பார்ப்பனியம், மீனாட்சியிடமிருந்த அரசையும் செங்கோலையும் பறித்து சுந்தரேஸ்வரருக்குப் பட்டாபிஷேகம் செய்வதாக ஒரு திருவிழாவை ஆவணி மாதத்தில் நடத்துகிறது. ஆனால் அந்தத் திருவிழாவை மீனாட்சி பட்டாபிஷேகத் திருவிழாவைப் போல் மக்கள் பெரிதாகக் கருதுவதும் இல்லை; ஏற்றுக்கொள்வதும் இல்லை.

இன்றும் தமிழ்நாட்டில் தாய்த்தெய்வ வழிபாட்டின் மிகப் பெரிய தொல்லெச்சமாகக் காணப்படுவது மதுரை மீனாட்சியம்மனின் பட்டாபிஷேகத் திருவிழா ஆகும்.

பண்பாட்டின் வாழ்வியல்

தமிழ்நாட்டின் சமூக வரலாற்றினையும் பண்பாட்டு வரலாற்றினையும் கண்டுணருவதற்குத் துணை நிற்கும் சான்றுகளில் குறிப்பிடத்தகுந்தது தாய்த்தெய்வ வழிபாடாகும். தமிழ்நாட்டில் வணங்கப்பெறும் தாய்த்தெய்வங்களில் மாரியம்மன், காளியம்மன், பொன்னியம்மன், இசக்கியம்மன், பத்திரகாளியம்மன் போன்றவை போலக் குறிப்பிடத்தகுந்த ஒரு தெய்வம் 'உலகம்மன்' ஆகும். நெல்லை மாவட்டத்தில் பெண் மக்கள் பெயர் வழக்குகளில் உலகம்மாள் என்றும் ஆண் மக்கள் பெயர் வழக்குகளில் உலகநாதன் என்றும் இப்பெயர் காணப்படுகிறது.

தமிழகத்தில் வடபகுதியில் தஞ்சை, திருச்சி மாவட்டங்களில் லோகநாயகி, லோகம்மாள் என்ற பெயர் வழக்குகள் காணப்படுகின்றன. பொதுவாக இப்பெயர் வழக்கு பார்ப்பனர் அல்லாதோர்க்கிடையில்தான் காணப்படுகின்றது. தமிழகத்தில் சில பகுதிகளில் 'பட்டத்தரசியம்மன்' என்ற பெயரில் ஒரு தெய்வம் காணப்படுகின்றது.

உலகத் தலைமையினைக் கொண்டாடும் இந்தப் பெயர் வழக்கில் பெண் பெயராக 'உலக நாயகி' இருப்பது போல ஆண் பெயராக 'உலக நாயகன்' என்பது காணப் பெறவில்லை. 'உலக நாதன்' என்ற பெயரே காணப்படுகிறது. பொதுவாகக் கல்வெட்டுகளில் 'அரசன் எல்லா நிலத்தையும் வெற்றி கொண்டான்' என்பதைக் குறிக்க சில தொடர்கள் காணப்படுகின்றன. 'திருமகள் போலப் பெருநிலச் செல்வியும் தனக்கே உரிமை பூண்டமை மனக் கொள' என்பது முதலாம் இராசராசனின் மெய்க்கீர்த்தியாகும். அவனுக்குப் பின்வந்த சோழ அரசர்களின் மெய்க்கீர்த்திகள் அனைத்துமே 'பூமடந்தை', 'நிலமடந்தை' ஆகிய சொற்களால் அரசன் நிலம்

என்னும் பெண்ணின் மீது முற்றுரிமை செலுத்தினான் என்று தவறாமல் குறிப்பிடுகின்றன.

சோழ அரசர்களின் மனைவியர்களின் பெயர்கள் 'அவனி முழுதுடையாள்', 'புவன முழுதுடையாள்', 'உலக முழுதுடையாள்', 'தரணி முழுதுடையாள்', 'மூவுலகுடையாள்', 'திரிபுவனமாதேவி' என்றே குறிக்கப்பெறுகின்றன. நிலத்தின் மீதான முழுதுடைமையினைப் பெயரளவிலேனும் அரசியர் உரிமை கொண்டாடினர் அல்லது அரசர்கள் தங்கள் மனைவியர் பெயரின்மூலம் நிலத்தின் மீதான தங்கள் முழு அதிகாரத்தைப் பறைசாற்றிக் கொண்டனர்.

அரசர்கள் புதைக்கப்பட்ட அல்லது எரிக்கப்பட்ட இடத்தில் பள்ளிப்படை ஆலயங்கள் எழுப்பும் வழக்கத்தைச் சோழ அரசர்கள் தொடங்கி வைத்தனர். முதலாம் ஆதித்தனின் பள்ளிப்படைக்கோயில் ஆதித்தேசுவரம் என்றும் அரிஞ்செய சோழனின் பள்ளிப்படைக் கோயில் அரிஞ்சிகை ஈசுவரம் என்றும் வழங்கப்பட்டன. முடி சூடி ஆண்ட எல்லா அரசர்களுக்குமே பள்ளிப்படைக் கோயில்கள் எழுப்பப்பட்டிருக்க வேண்டும். ஆனால், அவற்றை அடையாளம் காண இயலவில்லை. அரசர்களைப் போலவே அரசியர்க்கும் சிறு அளவிலேனும் பள்ளிப்படைக் கோயில்கள் எழுப்பப் பெற்றிருக்க வேண்டும். ஆண்களின் பள்ளிப்படை (சமாதி) மீது சிவலிங்கத் திருமேனி நாட்டுவதுபோல, பெண்களின் பள்ளிப்படை (சமாதி) மீது சிவலிங்கத் திருமேனி நாட்டுவது வழக்கிலில்லை. எனவே, அவை ஆகம ரீதியாக ஒழுங்குபடுத்தப்பட்டுச் சிவன் கோயிலாகும் வாய்ப்பு இல்லாமல் போயிற்று.

இவ்விடத்தில் குறிக்கத்தகுந்த மற்றுமொரு செய்தி, கைம் பெண்ணாக இறந்த பெண்களைத் தெய்வமாகத் திருநிலைப்படுத்தும் மரபு நமது குடும்பங்களிலும் இன்றுவரை இல்லை. எனவே, அரசன் மனைவியாக இருந்தாலும் மங்கலப்பெண்ணாக இருந்தால் மட்டுமே பள்ளிப்படைகள் எழுப்பப்பட்டிருக்க வேண்டும். பொதுவாகப் பெண்கள் அம்மை நோயினால் இறந்திருந்தால் அவர்கள் மாரி யம்மனாகத் திருநிலைப்படுத்தப்படுவது மரபாகும். இதற்கு அரசன் வீட்டுப் பெண்களும் விலக்கில்லை. சோழப் பெருந்தேவி ஒருவரின் பள்ளிப்படைக் கோயிலாக சமயபுரம் மாரியம்மன் கோயில் இருக்க வேண்டும் எனப் பண்பாட்டு ஆய்வாளர்கள் மதிப்பிடுவர்.

பெருஞ்சாலை, ஊர்தி, பாலங்கள் என்றவாறு போக்குவரத்து வசதியற்ற அக்காலங்களில் அரசர்களோ அரசியரோ பிற ஊர்களில் இறந்திருந்தால் அங்கிருந்து தலைநகருக்கோ அரண்மனைக்கோ கொண்டுவர வாய்ப்பில்லை. நெடுந்தொலைவு சென்று நடந்த போர்களில் அரசன் இறந்திருந்தாலும் இதே நிலைதான். எனவேதான் சோழர் காலக் கல்வெட்டுக்கள் 'தொண்டைமான் ஆற்றூர்த் துஞ்

சிய தேவர்', 'காஞ்சிபுரத்துப் பொன்மாளிகைத் துஞ்சிய தேவர்' என்று அரசர்கள் இறந்த இடங்களைக் குறிப்பிடுகின்றன. அருப்புக் கோட்டைக்கு அருகிலுள்ள சுந்தரபாண்டியம் என்னும் ஊரிலுள்ள கோயில் சோழன் தலை கொண்ட கோவீரபாண்டியனின் அண்ணன் சுந்தரபாண்டியனின் பள்ளிப்படைக்கோயில் என்று கல்வெட்டு அறிஞர் வேதாசலம் கண்டுபிடித்துள்ளார். எனவே, இதன் காலம் கி.பி. பத்தாம் நூற்றாண்டு ஆகும்.

நெல்லை மாவட்டத்தில் வள்ளியூரில் ஒன்றும் தாழையூத்து அருகில் ஒன்றுமாக இரண்டு பெண் தெய்வக் கோயில்கள் 'மூணாங்கொண்ட அம்மன்' என்ற பெயரில் விளங்குகின்றன. வள்ளியூரில் இத்தெய்வப் பெயரினை 'மூன்று யுகங்கொண்ட அம்மன்' என்றும் வழங்குகின்றனர். இப்பெயர் வழக்கு 'மூன்றுலகம் கொண்ட' என்பதன் திரிபாடு. மூன்றுலகம் கொண்ட என்பது 'மூவுலகுடையாள்', 'திரிபுவனமுடையாள்' என்ற பெயர்களின் மாற்று வடிவமாகும். எனவே, அரசமாதேவியரின் பள்ளிப்படைக் கோயில்கள் தமிழகத் தாய்த் தெய்வ வழிபாட்டில் ஒரு பங்கினைப் பெற்றுள்ளன எனலாம். 'பட்டத்தரசி அம்மன்' என்ற பெயர் வழக்கினையும் அவ்வாறே கொள்ள வேண்டும்.

◯

குலதெய்வம்: இது எங்க சாமி!

சில நொடிகள் கனத்த மௌனமும் சில நொடிகள் பேரிரைச்சலும் ஏற்படுத்துகின்றன அலைகள்! கடற்கரையோரம் செழித்திருக்கின்றன பனைகள். மீன் வீச்சமும் உப்புக் காற்றும் நிறைந்திருக்கிற உவரி கிராமத்தின் கடற்கரையில் குதிரைமீது இருக்கிறார் சாஸ்தா! திருநெல்வேலியிலிருந்து ஐம்பது கி.மீ. தள்ளி இருக்கிறது உவரி கடற்கரைக் கிராமம். சாலையின் இரண்டு பக்கமும் சிவப்பேறிக் கிடக்கிறது மண். வழியெல்லாம் கள்ளிச் செடிகள், சாஸ்தாவின் முன், தன் மகள் விஜயலெட்சுமியுடன் கை கூப்பி நிற்கிறார் தொ.பரமசிவன்.

“என் மகளுக்குக் கல்யாணம். அதான் முதல் அழைப்பை சாஸ்தா காலடியில் வெச்சு ஆசி வாங்க வந்திருக்கேன்.” ஒரு தகப்பனின் அன்பு, கண்களில் பொங்கப் பேச ஆரம்பிக்கின்றார் தொ.ப.!

“எங்க சாஸ்தா, சைவசாமி. குதிரை மேல ஏறி, ஊரைச் சுத்தி வந்து காவல் காக்கிற முக்கியமான வேலை சாஸ்தாவுக்கு. கடல் பக்கமா உட்கார்ந்தபடியே குடிகளைக் காப்பாத்துவார்ங்கிறது மக்களோட நம்பிக்கை.”

“தமிழர்களின் வீரவழிபாட்டுக்கான அடையாளம்தான் குல தெய்வங்கள். கால்நடைகளை, கண்மாய் நீரை, பெண்களை, விளைந்த பயிர்களைக் காக்கின்ற சண்டைகளில் உயிர்நீத்த மனிதர்கள்தான் வீரவழிபாட்டில் தெய்வங்களாக ஆனார்கள். பெண் தெய்வங்களின் கதைகளும் பயங்கரமானவை. பகைவரால் கொல்லப்பட்டோர், பாலியல் வன்முறையிலிருந்து தப்பிக்கவும் அதை எதிர்க்கவும் தற்கொலை செய்துகொண்டோர், கணவனோடு உயிர்நீத்தோர் ஆகியோரே பெண் தெய்வங்களாக மாறினர்.”

ஏழெட்டுத் தலைமுறைக்கு முன்னால் என் முன்னோர்கள் திருநெல்வேலிக்கு இடம் பெயர்ந்து விட்டார்கள். அதன்பிறகு சாஸ்தாவைக் கும்பிட இங்கே உவரிக்கு வருவதென்றால் வண்டி கட்டிக்கொண்டுதான் வரவேண்டும். போக்குவரத்து வசதிகள் எதுவுமே இருந்திராத காலத்தில் காட்டுப்பாதையில் வந்து போவதன் சிரமங்கள் சொல்லித் தெரிய வேண்டியதில்லை. ஆனாலும் குலமுதல்வனை வழிபட ஒருவருக்கும் தவறியதுமில்லை.

பின்னர் ஒரு கட்டத்தில் உவரியிலிருந்து பிடிமண் கொண்டு வந்து, திருநெல்வேலியிலேயே சாஸ்தா கோயிலை உருவாக்கினார்கள். இப்போது ஊர் ஊருக்கு சாஸ்தா, மதுரைவீரன், அய்யனார், அங்காளபரமேஸ்வரிகள் இருக்கக் காரணம் பிடிமண் கிளைக் கோயில்கள்தான். வருடத்திற்கு ஒருமுறையாவது குடிசாமியின் முன் நின்று வேண்டிக்கொண்டால்தான் எம் மக்களுக்கு மனசு ஆறும். இல்லையென்றால் குடும்பத்தில் நடக்கிற எல்லா அசம்பா விதங்களுக்கும் குடிசாமியின் கோபமே காரணமாகச் சொல்லப்படும். கிளைக்கோயில்கள் வந்த பிறகும், தாய்க்கோயிலை இன்னும் மறக்காமல் இருப்பதுதான் இந்தச் சமூகத்தின் பண்பாட்டு அடை யாளம்.

மக்கள் வசதி வாய்ப்பு அற்றவர்களாக இருந்தால், அவர்களின் குடிசாமியும் அப்படியே வறுமையில் இருக்கும். சாஸ்தாவின் குடிகள் இப்போது கொஞ்சம் வசதி பெற்று விட்டார்கள் போலும். கோபுரம் கட்டிக் கும்பாபிஷேகமே நடத்தி விட்டார்கள். எங்கள் பாட்டனார் காலத்தில் சாஸ்தாவின் மீது உப்புவாசமும் மீன் வாசமும் அடிக்கும்; இப்போது சந்தனமும் ஜவ்வாதும் மணக்கிறது. கடல் மணற்பரப்பில கூரைகூட இல்லாமல், மக்களோடு சேர்ந்து வெயிலில் காய்ந்திருந்தவருக்குக் கருவறை வந்துவிட்டது. திருநெல்வேலி வட்டார மொழியில் பாட்டும் கதையுமாகக் கலந்திருந்த சாஸ்தாவின் வீரமும் ஈரமும் இப்போது சமஸ்கிருதமயமாகி விட்டது. மக்களின் தெய்வங்கள், இப்படியே மக்களிடமிருந்து அந்நியப்பட்டுப் போய் விடுமோ என்ற வருத்தம்தான் மனதை அரிக்கிறது."

"குலதெய்வங்களின் கோயில் திருவிழாக்கள் பெரும்பாலும் மகாசிவராத்திரி அன்று நடக்கும். விடியவிடிய சாமியாடி மக்கள், தங்கள் குடிமுதல்வனின் குறைகளைக் கேட்பர். பெரும்பாலும் கோயில்களில் பூசாரிகள் சாமியாடிகளாக இருப்பதில்லை, தங்கள் குடிகளின்மேலே சாமி வந்திறங்கித் தனக்கு நேர்ந்த குறைகளைச் சொல்லும். இந்த நூற்றாண்டில்தான் பல சிறுதெய்வங்கள் பெருந் தெய்வங்களாக மாற்றப்பட்டன. சாஸ்தா இன்றைக்குப் பெருந்தெய்வத் திற்கான தோற்றத்துடன் இருக்கிறார். எதிர்காலத்தில் எங்கள் சாஸ்தாவின் கல்குதிரை தங்கக்குதிரையாக மாறினாலும் ஆச்சரியப்

படுவதற்கில்லை. பெண்தெய்வங்களே, பெரும்பாலும் இந்த மாற்றத் திற்குட்படுகின்றன. இரத்தப்பலி நிறுத்தப்படுகிறபோதும் சமஸ்கிருத மந்திரம் ஓதப்படுகிறபோதும் சிறுதெய்வங்கள் பெருந்தெய்வங்களாகி விடுகின்றன. இரத்தப்பலி தருதல் என்பது பெரும்பாலும் ஆண் விலங்குகளைப் பலியிடுவதாகும். பெண்விலங்குகள் உயிர் பெருக்கும் சக்திகள் என்பதால், அவற்றைப் பலிகொடுத்தால் தெய்வம் தண்டிக்கும் என்னும் நம்பிக்கையே இதற்குக் காரணம்.

சிறுதெய்வங்கள் இல்லாத கிராமங்களைத் தமிழகத்தில் நம்மால் பார்க்க முடியாது. அவற்றில் பாதிக்குமேல் பெண் தெய்வங்களே குடிதெய்வங்களாக இருக்கின்றன. நம்முடைய வழிபாடே தாய்த் தெய்வ வழிபாடுதானே.

ஆண்தெய்வங்களைவிட பெண் தெய்வங்கள் இன்னும் உக்கிரத்தோடு இருக்கும். சில பெண் தெய்வங்களுக்குப் பலிதரும் முறை அச்சமூட்டுவதாக அமைந்திருக்கும். நிறைசினையாகவுள்ள ஒரு ஆட்டைக் கொண்டுவந்து பெண் தெய்வத்தின் முன் நிறுத்த, வேல் போன்ற கருவியினால் அந்த ஆட்டின் வயிற்றைக் குத்திக் கிழித்து, அதன் உள்ளே இருக்கும் குட்டியை எடுத்துப் பலிபீடத்தின் மீது வைப்பர். இதனை 'சூலாடு குத்துதல்' என்று பெயரிட்டு அழைத்தனர். சில இடங்களில் சாமியாடிகள், பலியிடப் பெறும் விலங்குகளின் ரத்தத்தைக் குடிப்பதுண்டு. தாய்த் தெய்வங்கள், தம் மக்களைக் காக்க, அரக்க வடிவிலான தீமையை ஆயுதந்தாங்கிப் போரிட்டு அழிப்பதாக நம்பிக்கை. அதற்கு இத்தகைய உக்கிரத்தோடு இருக்கவேண்டும் என்கிற மக்களின் விருப்பம்தான் இவ்வகையிலான சடங்குகள். சிறுதெய்வ வழிபாட்டின் பல சடங்குக் கூறுகள் தமிழர் களின் போர் நெறிகளுடன் தொடர்புடையனவாகத் தோன்றுகின்றன.

ஆனந்தவிகடன்,
28.11.2004

இதுவே சனநாயகம்!

கோத்த பொய் வேதங்களும் – மதக் கொலைகளும்
அரசர்தம் கூத்துக்களும்

வரலாற்று நெடுகிலும் நிரம்பிக் கிடக்கின்றன. ஆனால், இதுவே வரலாறு என்று கருதப்பட்ட நிகழ்வுகளெல்லாம் இப்பொழுது மறுபரிசீலனைக்கு உட்படுத்தப்படுகின்றன. ‘எழுதப்பட்ட வரலாற்று நூல்களைத் திருத்தி எழுதுவோம்’ என்று எழுதிய அறிஞர் கோசாம்பி மேற்கிந்தியப் பகுதியில் தாய்த்தெய்வ வழிபாட்டின் செல்வாக்கினை எடுத்துக்காட்டினார். மக்கள் வாழ்விலிருந்தும் வாக்கிலிருந்தும் பெறப்படும் செய்திகளால் ஆக்கப்படும் வரலாறு மட்டுமே சனநாயகத் தன்மை உடையதாக அமைந்திருக்கின்றது. வரலாற்றறிஞர் கே.என். பணிக்கர், ‘மதச் சகிப்புத்தன்மை என்பது ஒரு கெட்ட வார்த்தை’ எனக் கூறியிருந்தார். களஆய்விற்குச் சென்றவர்களால்தான் இந்த வார்த்தையின் கனத்தை அறிய இயலும். எளிய மக்கள் எந்த மதத்தையும் சகித்துக்கொண்டிருக்கவில்லை. எல்லா மதங்களின் இருப்பையும் வாழ்வையும் தன் இயல்பாகவே அல்லது இயற்கையாகவே அவர்கள் ஏற்றுக்கொண்டிருக்கிறார்கள்.

நெல்லை மாவட்டத்தில் மேலச்செவலிலிருந்து களக்காடு செல்லும் சாலையில் எட்டு கி.மீ. போய்விட்டால் சிங்கிகுளம் என்ற சிற்றூர். ஊருக்குக் கிழக்கே ஒரு சின்ன மலை. மலை என்றால் சிறுபுதர்களும் சில ஆலமரங்களும் கொண்ட நூறடி உயரமுள்ள ஒரு நெடும் பாறை. அவ்வளவுதான். மலையின் மீது தெற்கு நோக்கி ஒரு சின்னக் கோயில். ‘கல்வெட்டு இருக்கிறது’ என்று ஊர் மக்கள் சொன்னார்கள். சாலையில் பகவதி அம்மன் கோவில் செல்லும் வழி என்று ஒரு விளம்பரப் பலகை. பலகையை ஒட்டிய குளத்துக் கரைமீது அரை கிலோ மீட்டர் சென்றால் மலைக்கோயிலுக்குச்

செல்லும் படிக்கட்டுகள். 150 படிகள் ஏறினால் கோயிலின் பின்பக்க முள்ள ஒரு சின்னச் சுனையினை அடையலாம்.

கோயிலுக்குள் சென்று பார்த்தபோது விழிகொள்ளாத வியப்பு அங்கே நமக்காகக் காத்துக்கிடந்தது. கோயிலின் தெற்கு வாசல் வழியாக உள் நுழைந்தால் எதிரே பகவதி அம்மன் சன்னதி. பகவதி அம்மன் சன்னதிக்கு மேற்கே கருவறையில் ஒரு தீர்த்தங்கரர். ஆம், இது ஒரு சமணக் கோயில்.

கி.பி. ஏழாம் நூற்றாண்டில் மதுரையில் ஆயிரம் சமணர்களைக் கழுவேற்றிச் சம்பந்தர் 'புண்ணியம்' தேடிக் கொண்ட பிறகும் தமிழ்நாட்டின் தென்பகுதியில் சமணம் பன்னிரண்டாம் நூற்றாண்டு வரை உயிரோடிருந்தது. நெல்லை மாவட்டத்தில் அங்கொன்றும் இங்கொன்றுமாகக் காடுகளிலும் வயல்களிலும் சிதறியும் உடைந்தும் கிடக்கும் தீர்த்தங்கரர்களின் திருமேனிகளே இதற்குச் சான்றுகளாகும்.

நெல்லை மாவட்டத்திலிருந்து சமணம் 'தொலைந்து போய்' எழுநூறு ஆண்டுகள் ஆன பிறகும் இந்தக் கோயில் மட்டும் உயிரோடு நிற்கின்றது. கோயிலைச் சுற்றி ஆராய்ந்தபோது, தீர்த்தங்கரர் இருக்கும் கருவறையைச் சுற்றி வெளிப்புறமாக இருக்கும் கல்வெட்டு நமக்கு வரலாற்று உண்மையினைச் சொல்கின்றது. அந்த ஒற்றைக் கல்வெட்டிலிருந்து நமக்குக் கிடைத்த செய்தி: இது ஒரு சமணப் பள்ளி (சமணர்கள் கோயில் என்று சொல்லமாட்டார்கள்). இம்மலையின் பெயர் ஜினகிரி. முள்ளிநாட்டுத் திடியூரான இராசராச நல்லூரில் உள்ள இந்தப் பள்ளியின் பெயர் 'நியாய பரிபாலப் பெரும்பள்ளி'. இப்பள்ளி 'எனக்கு நல்ல, பெருமானான அண்ணன் தமிழப் பல்லவரையன்' பெயரால் எடுக்கப்பட்டுள்ளது. இந்தத் தீர்த்தங்கரர்களில் இவர் யார் என்று அறியத் திருமேனியில் தடயங் கள் கிடைக்கவில்லை.

நெல்லை மாவட்டப் பகுதியில் அம்பிகா யட்சி என்ற இசக்கி யம்மன் வழிபாடே இன்றும் செல்வாக்குடன் திகழ்கின்றது. அம்பிகாவைப் பணிமகளாகக் கொண்டவர் 23ஆவது தீர்த்தங்கரராகிய நேமிநாதர் என்பவராவார். கட்டப்பட்ட போது துணைச் சன்னதி யாக இருந்த யட்சியின் சன்னதி இன்று முதல் சன்னதியாகவும் தீர்த்தங்கரரின் கருவறை துணைச் சன்னதியாகவும் மக்களால் வணங்கப் பெறுகின்றன. இக்கோயிலில் இரத்தப் பலி கிடையாது. கொடியேற்றம், திருவிழா கிடையாது. மக்கள் தாங்கள் விரும்பும் நாளில் பகவதி அம்மனுக்குப் பொங்கல் வைக்கின்றனர்.

தாங்கள் வணங்குகின்ற பகவதியம்மன் ஒரு சமணத் தெய்வ மென்பதும் முனீஸ்வரர் என்ற பெயரால் அறியப்படும் தீர்த்தங்கரர் சமண மதத்தவர் என்பதும் வழிபடுகின்ற இந்து மக்களுக்குத்

தெரியாது. வைதிகத்துக்கு எதிரான சமணமதம் இப்பகுதியில் காணாமல் போய் எழுநூறு ஆண்டுகள் ஆகிவிட்டன. ஆனபோதும் சமணப்பள்ளி ஒன்று தாய்த்தெய்வக் கோயிலாகக் கருதப்பட்டு அந்நிலப் பகுதியிலுள்ள எல்லா மக்களாலும் பேணப்படுகின்றது. வழிபடப்படுகின்றது.

ஆதரவற்ற பிள்ளையைத் தன் பிள்ளையாக எடுத்து வளர்த்து குடிப்பெருக்கம் செய்வதில் எளிய மக்களுக்கு எந்தத் தடையு மில்லை. அப்படித்தான் சிங்கிகுளம் மக்கள் சமணப்பள்ளியைப் பகவதி அம்மன் கோயிலாக்கி வாழ வைத்திருக்கிறார்கள். அடுத்தவர் வழிபாட்டிடத்தை இடிப்பதும் அழிப்பதும், அரசர்களும் அமைச்சர் களும் அதிகாரிகளும் செய்கின்ற வேலை என்பதே அன்றும் இன்றும் வரலாறு. சனநாயக உணர்வுள்ள எளிய மக்கள் அதனை ஒருபோதும் செய்யமாட்டார்கள். சிங்கிகுளம் 'நியாய பரிபாலப் பெரும்பள்ளி' நமக்குச் சொல்லும் செய்தி இதுதான்.

◯

சமய எச்சங்கள்

தமிழ்நாடு பல சமயங்களின் வாழ்விடமாகவும் சமய முரண் களின் நிலைக்களனாகவும் இருந்தது. சமயங்கள் என்பன நிறுவன சமயங்கள் ஆகும். நிறுவன சமயங்கள் பிறப்பதற்கு முன்னரே தமிழகத்தில் தெய்வ நம்பிக்கைகளும் சடங்குகளும் கோயில்களும் இருந்தன. சமகால ஆராய்ச்சியாளர்கள் இதனை 'நாட்டார் சமயம்' என்ற சொல்லால் குறிக்கின்றனர். இச்சொல்லாக்கத்தின் பொருத்தப்பாடு குறித்து நாம் சிந்திக்க வேண்டியுள்ளது.

Folk Religion, Prescribe Religion ஆகிய ஆங்கிலச் சொற்களுக்கு இணையாகத் தமிழில் நாட்டார் சமயம், தொல்பழஞ்சமயம் ஆகிய சொற்களை ஆய்வாளர்கள் பயன்படுத்தி வருகின்றனர். இத்தொட ராக்கத்தில் உள்ள 'சமயம்' என்னும் சொல்லாட்சி பொருத்தமானதாகத் தோன்றவில்லை. 'சமயம்' என்பது நிறுவனம் ஆனது. ஒரு புனித நூல் (பைபிள், குரான், வேதம் போல), புனிதத் தலங்கள் (ரோமாபுரி, மெக்கா, காசி என்பவை போல), குறிப்பிட்ட ஆகம ரீதியான வழிபாட்டு முறைகள் (காரணமாகமம், காரியாகமம், பாஞ்சராத்திர ஆகமங்கள் போல) என்பன நிறுவன சமயங்களின் இலக்கணமாகும். இந்த இலக்கணத்தோடு பொருந்திவராத நாட்டார் வழிபாட்டு நெறிகளைச் 'சமயம்' என்ற சொல்லால் குறிப்பது பொருத்தமாகாது. நாட்டார் வழிபாட்டு நெறிகள் (அல்லது) வழிபடுநெறிகள் என்ற தொடரே பொருத்தமாக அமையும்.

அதுபோலவே 'தொல்பழஞ்சமயம்' என்னும் சொல்லாட்சி, அவ்வகையான நெறிகள் முழுவதும் அழிக்கப்பட்ட மேற்குலக நாடுகளுக்குள் பொருந்துவதாக அமையும். இந்தியாவிலும் குறிப் பாகத் தமிழகத்திலும் அவை பெருவாரியான மக்களிடம் வாழ் நெறியாக உள்ளன. அதுமட்டுமன்று, நிறுவன சமயங்களின் அசைவு களிலும் அவை பெருமளவு ஊடாடிக் கிடக்கின்றன. அதாவது

நிறுவன சமயங்களின் ஆகமங்களுக்கு முரணாக அவை அவற்றுக்குள் கலந்துகிடக்கின்றன. எனவே கால ஓட்டத்தில் மறைந்துவிட்ட, அழிந்துவிட்ட அல்லது வாழ்விழந்த என்னும் பொருள்தரும் 'தொல்பழம்' என்னும் பெயருக்கு அவை பொருத்தமானவையல்ல.

சமண, பௌத்த மதங்கள் தமிழகத்தில் வாழ்ந்து மறைந்து விட்டன என ஆய்வாளர்கள் கூறுகின்றனர். உண்மையில் பௌத்தம் மட்டுமே தமிழகத்தில் மறைந்துவிட்ட சமயம் ஆகும். சமணம் தமிழகத்தின் தென்பகுதியில் மட்டுமே மறைந்துவிட்ட சமயம் ஆகும். அழிந்துவிட்டதாகக் கருதப்படும் எந்தப் பொருளும் அல்லது நிறுவனமும் அல்லது கருத்தியல்களும் முழுமையாக மறைந்து விடுவதில்லை. இதுவே இயற்பியல் அறிஞர்களுக்கும் மார்க்சியம் அறிந்தவருக்கும் முழு உடன்பாடான கருத்தாகும். அழிந்துபட்டதாக நாம் கருதனவற்றின் எச்சங்கள் நமது வாழ்விலும் சமய வாழ்விலும் பரவலாக ஊடுருவிக்கிடக்கின்றன.

அழிந்த சமயங்களின் எச்சங்கள் சொல்லாகவும் தொடராகவும் சொல்லடைகளாகவும் பழமொழிகளாகவும் தன்னுணர்ச்சியின்றி நம் நினைவில் நிற்கின்றன. சில இடங்களில் நினைவுகளோடு சடங்குகளாகவும் இவை காணப்படுகின்றன. இவற்றை ஒருங்கு தொகுத்துக் காண்பது சமயங்களின் வாழ்வினையும் சரிவினையும் புரிந்துகொள்வதற்கான எடுத்துக்காட்டுகளாகும்.

நிறுவன சமயங்களாகத் தமிழ்நாட்டில் மறைந்துவிட்டதாகக் கருதப்படும் சமயங்களின் சொல், தொடர், நம்பிக்கைகள், பிற அசைவுகள் என்பன சமய எல்லைகளைத் தாண்டி இன்றும் வாழ் கின்றன. எடுத்துக்காட்டாக ஆழ்வார் என்னும் பெயர், வைண வத்துக்கேயுரிய சொல்லாகவும் நாயனார் (நயினார்) என்னும் பெயர் சைவத்திற்கேயுரியதாகவும் கருதப்படுகின்றன.

பௌத்த மரபில் 'ஆழ்வார்' என்ற சொல் ஆசார்யர்களைக் (அறமுரைக்கும் ஆசிரியர்கள்) குறிப்பதாக வழங்கியிருக்கிறது. 'ஈழம் அடிப்படுத்த தாடையாழ்வார் ஒருவரை நீலகேசி உரையி லிருந்து அறிகிறோம் (மொக்கலவாதச் சருக்கம்). இப்பெயர் வழக்கிற்கு இதுவே காலத்தால் முற்பட்ட பயன்பாடு என்று தெரிகிறது. இதற்கு மறுதலையாக 'ஆழ்வார்' என்ற சொல் ஆழ்வார்களின் பாசுரங்களில் ஓரிடத்திலேனும் காணப்படவில்லை என்பதையும் நோக்க வேண்டும். பிற்காலக் கல்வெட்டுக்களிலும் உரைகளிலும் இப்பெயர் திருமாலையும், அரச குடும்பத்துப் பெண்களையும் குறிக்கப் பயன்பட்டிருக்கிறது.

வைதீக, சைவ, வைணவ நெறிகளில் காவியாடை துறவிக்குரிய தாக மதிக்கப்படுகிறது. இந்தச் செந்துவராடையை முதலில் பயன் படுத்தியவர்கள் பௌத்தத் துறவிகளே ஆவர். 'சீவரத்தர்' என்ற சொல் செவ்வாடையணிந்த பௌத்தத் துறவிகளைக் குறிக்கும் சொல்லாகும்.

பிற்காலத்தில் 'செங்கல் பொடிக்கூறை வெண்பல் தவத்தவர்' என ஆண்டாள் தம் பாசுரத்தில் வைதீகத்து நாராயணரைக் குறிக்கின்றார்.

தமிழகத்தில் முருகன் கோயில்களிலும் திருமால் கோயில்களிலும் நேர்த்திக்கடனாக குழந்தைகளுக்கும், பெரியவர்களுக்கும் தலைமுடி வழிக்கும் வழக்கம் நடைமுறையாக உள்ளது. இதற்கான விதி பெருங்கோயில் வழிபாட்டை ஒழுங்குப்படுத்தும் ஆகம நூல்களில் இல்லை என்பர். கோயில் தொடர்புடைய பிராமணர்களிடமும் இவ்வழக்கம் இல்லை என்பது குறிப்பிடத்தக்கது. இவ்வழக்கம் பௌத்தத் துறவிகளின் ஒழுக்கமாகும். பௌத்தத் துறவிகள் தம் உடைமையாகக் கொள்ளக்கூடிய எட்டுப் பொருட்களில் மழிகத்தியும் ஒன்றாகும் என்பர் அறிஞர். புனிதர்களின் வழிபாட்டோடு இவ் வழக்கம் தமிழகத்துக் கத்தோலிக்கக் கிறித்துவத்திலும் புகுந்துவிட்டது.

அமாவாசை, பௌர்ணமி நாட்களில் தமிழ்நாட்டுப் பெண்கள் காலையிலேயே குளித்து, பழையன உண்ணாமல் நோன்பிருக் கின்றனர். அன்று வரும் காவியாடைப் பிச்சைக்காரர்களுக்கு உண வளிப்பது நோன்பின் (விரதத்தின்) பயன் என்கின்றனர். அமாவாசை, பௌர்ணமி எனப்படும் காருவா, வெள்ளுவா நாட்களில் ஒரு வட்டத்திலுள்ள பௌத்தத் துறவிகள் கூடி 'சங்கம்' நடத்துவர். இலங்கைச் சிங்களவர் இதனை 'போயா தினம்' என்பர். அன்று பிச்சைக்கு வரும் பௌத்தத் துறவிகளுக்கு உணவிடவே பெண்கள் மட்டும் இவ்வழக்கத்தைக் கொண்டிருந்தனர் என்று தெரிகிறது. இந்த நோன்பு ஆண்களுக்குரியதல்ல என்பதும், இது குறித்த பதிவுகள் தேவாரத் திருவாசகங்களிலோ பாசுரங்களிலோ காணப்பட வில்லை என்பதும் குறிப்பிடத்தகுந்தது.

தொழுகைக்குரிய சிறப்பு நாளாக வெள்ளிக்கிழமையினை இசுலாமியர்களும், ஞாயிற்றுக்கிழமையினைக் கிறித்தவர்களும் கருதுவது போல பௌத்தர்கள் வெள்ளிக்கிழமையினைப் புனித நாளாகக் கருதுவர். வீட்டினைத் தூய்மை செய்வதற்கும் கோயில் வழிபாட்டிற்கும் உகந்த நாளாகப் பெண்கள் வெள்ளிக்கிழமை யினையே கருதுகின்றனர். இது பௌத்த நெறியின் எச்சமாகும். இதுவும் சைவ, வைணவ தோத்திர, சாத்திர நூல்களில் பேசப்படாத செய்தியாகும்.

தமிழ்நாட்டுப் பக்தி இயக்கம் என்பது சைவ, வைணவ பதங் களின் எழுச்சி மட்டுமன்று அது சமண, பௌத்த மதங்களுக்கு எதிரான கலகக்குரலும் ஆகும். இதன் விளைவாகப் பௌத்தம் தமிழ்நாட்டில் வேரற்றுப் போயின. சமணமும் பௌத்தமும் வெறுத் தற்கரிய மதங்களாகச் சைவ வைணவர்களால் கருதப்பட்டன. இந்த வெறுப்புணர்வின் எச்சங்கள் தமிழரிடையே இன்னும் வசைச் சொற்களாக வழங்கி வருகின்றன.

வயதிற் பெரியவர்களின் நிர்வாணம் கேலிக்குரியதாக ஆக்கப் பட்டது. திகம்பர சமணத் துறவிகளின் மீதான எதிர்ப்புணர்வில்தான், அம்மணம், மயிராண்டி, மயிரைப் பிடுங்கு போன்ற வசைச் சொற்கள் இன்னும் வழக்கத்திலுள்ளன. நிர்வாணமாக இருத்தல், உடம்பில் மயிரின்றி இருத்தல், உடம்பின் மயிர்க்கால்களைக் கத்தி கொண்டு மழித்துக் கொள்ளாமல் கையினாற் பிடுங்கும் லோசனம் என்னும் வழக்கத்தைக் கடைப்பிடித்தல் ஆகியனவே மேற்குறித்த வசைச் சொற்கள் பிறக்க காரணங்களாகும். நிலையற்றவன், உறுதியற்றவன், ஒற்றைப்போக்கு இல்லாதவன் என ஒருவனைக் குறை கூறும் போது 'ஏழுவழி போகிறவன்' என்பது வசை மரபு ஆகும். இது சமண சித்தாந்தத்தில் பேசப்படும் சப்த பங்கி என்னும் ஏழு நிலை களைக் குறித்ததாகும். சமணமதம் தனியொரு இறைவனை ஏற்றுக் கொள்ளாததாகும். உண்டு, இல்லை, சொல்ல முடியாதது என்ற மூன்றையும் மாறி மாறிக் கூட்டி ஏழு நிலைகளைச் சமணத் தத்துவம் பேசும். அதையே வெற்றி பெற்ற சைவம் வசைச் சொல்லாக நிறுவிக் காட்டியுள்ளது.

சைவநெறிக்குள்ளும் மறைந்து போன காளாமுக, பாசுபத, மாவிரதிகள் பற்றிய சொற்களும் தொல் எச்சங்களாக விளங்குகின்றன. நெற்றியில் மட்டுமன்றி உடம்பு முழுவதும் நீறு பூசிக் கொள்வது அவர்களது வழக்கம். சிவபெருமானையே, 'மெய்யெலாம் வெண்ணீறு சண்ணித்த மேனியன்' என்று அப்பர் பாடுகிறார். மேற்குறித்த மூன்று பிரிவினரும் ஆண்டிக் கோலமுடையவர்கள். இவர்களில் மாவிரதிகள் கபால மாலை அணிந்தவர்கள். சிவபெருமானின் நெற்றிக் கண்ணைப் போல தம் நெற்றியிலும் 'கண்' வரைந்து கொண்டவர்கள். எனவே, குழந்தைகளுக்கு அச்சம் தரும் தோற்ற முடையவர்கள். காட்சி ஊடகங்களின் வளர்ச்சிக்கு முன்னர் குழந்தைகளை அச்சுறுத்த 'பூச்சாண்டி வருகிறான்', 'மூணு கண்ணு பூச்சாண்டி வருகிறான்' என்ற தொடர்களைப் பயன்படுத்தும் வழக்கமிருந்தது.

மேற்குறித்தவை அனைத்தும் மறைந்துபோன சமயங்களின் நினைவெச்சங்களாகும். அவற்றின் பருப்பொருள் எச்சங்கள் மலைக் குகைகள், குடைவரைக் கோயில்கள், அழிந்துபட்ட கோயில்கள், அழிவுற்ற நிலையில் காணப்படும் கோயில்கள், கற்சிற்பங்கள் என்னும் நிலையில் தமிழ்நாட்டில் நிறையவே உள்ளன. அவை குறித்துத் தொல்லியல் துறையினர், வரலாற்றாய்வாளர்கள், மானிடவியலாளர் ஆகியோர் நிறையவே எழுதியுள்ளனர். இவையன்றி மறைந்துபோன தெய்வங்கள் குறித்த ஆய்வு தமிழ் நாட்டில் இன்னும் தொடங்கப் படவேயில்லை.

❍

கல்லறைகள் அல்ல
விளைநிலங்கள்

வெகுசனக் கத்தோலிக்கத்தில் 'கல்லறைகள்' என்ற தலைப்பில் அருள்திரு. இருதயராஜ் அடிகளார் எழுதிய நூலைப் படித்தேன்.

கிறித்துவ மதத்தின் பிற பிரிவுகளைவிடக் கத்தோலிக்கம் தாராளவாதத் தன்மையுடையது என்பது அதன் பெயரிலேயே காணக் கிடைக்கிறது.

தமிழகக் கடற்கரைப் பகுதியில் கிறித்துவம் காலூன்றி ஐந்து நூற்றாண்டுகள் கழிந்துவிட்டன. முதன்முதலில் கத்தோலிக்கத் திற்குள் வந்து சேர்ந்த மீனவ மக்கள் அக்காலத்தில் 'வெகுசனம்' என்ற அடையாளத்திற்குள் இருந்தனர்.

கத்தோலிக்கத்திற்குள் வந்து சேர்ந்ததும் அதுவரை தாங்கள் வழிபட்டு வந்த பூடங்களின் (பீடங்களின்) அமைப்பிலேயே குருசடி களை அமைத்துக்கொண்டனர்.

குருசடிகள் விளக்கு மாடத்துடன் அமைந்திருந்தன. இதுபோன்ற விளக்கு மாடங்கள் வீட்டின் வெளிப்புறக் கதவையொட்டியும் அமைந்திருந்தன.

விளக்கு என்பது திராவிட நாகரிகத்தின் வலிமையான பண்பாட்டுக் கூறுகளில் ஒன்றாகும். குத்து விளக்கைப் போலக் கைவிளக்குகளும் அக்காலத்தில் வழக்கில் இருந்தன. மின்சாரம் வராத காலத்தில் அறைக்கு அறை எடுத்துச் செல்லும் இந்தக் கைவிளக்கிற்கு (hand lamp) 'காமாட்சி விளக்கு' என்பது பொதுப் பெயராகும்.

திருச்சபை, ஒளிதரும் பொருள் என்பதனால் இந்தக் குருசடி விளக்கு வடிவத்தை ஏற்றுக்கொண்டது (இன்னும் என்னுடைய சேகரிப்பில் குருசடி விளக்கு ஒன்று உள்ளது).

எனவே கிறித்துவம் தமிழ் மண்ணில் கால்கொண்டபோதே இந்த வெகுசனத் தன்மையை ஏற்றுக்கொண்டது.

திராவிட நாகரிகத்தின் அசைக்க முடியாத பண்பாட்டுக் கூறுகளில் மற்றொன்று தாய் வழிபாடாகும். இன்றும் கிறித்துவரல்லாத, பெருந்திரள் (இந்து) மக்கள் எல்லாத் தேவாலயங்களையும் 'மாதா கோவில்' என்றே குறிப்பிடுவது கவனிக்கத் தகுந்ததாகும்.

இதனைச் சரியாகப் புரிந்துகொண்ட பெஸ்கி, கத்தோலிக்கத்தை வெகுசனமயமாக்கும் பிரதான நோக்கோடு தேவ மாதா வழி பாட்டுக்கு முன்னுரிமை கொடுத்தார். தேவமாதாவுக்கு அவர் இட்ட தமிழ்ப் பெயர் 'பெரிய நாயகி' என்பதாகும். உலகத்துயிர்களுக்குத் தாயைப் போலப் பாதுகாப்பு தரும் உயிர் வேறெதுவுமில்லை. எனவே அன்னையின் காவலில் அமைந்த ஊர்களுக்கெல்லாம் காவலூர், காவனூர் எனப் பெயரிட்டார். அதன் பின்னரே தமிழ்ச் சமூகத்தில் கத்தோலிக்கம் அசைக்க முடியாதபடி கால் கொண்டது.

தென்னிந்தியத் திருச்சபையினர் பாளையங்கோட்டையில் 'தேவமாதா வணக்கத்தவது' என்னும் நூலினை 1894இல் வெளி யிட்டனர். அதற்குப் பதிலடியாகப் பாளையங்கோட்டையிலிருந்து ஜே. இராயப்ப உபதேசியார் எழுதி வெளியிட்ட 'மேரி' என்னும் நூல் வெளிவந்தது.

மேற்குறித்த பின்னணியில் சின்னமாயி, மரித்தியம்மாள் வழிபாடு நமக்கு அந்நியத்தன்மை கொண்டதாகத் தோன்றவில்லை. எல்லா உயிர்களுக்கும் உண்பதற்கான தகுதி அது பசித்திருக்க வேண்டும்; உணவைப் பெறும் உரிமைக்கு வேறு தகுதி எதுவும் தேவையில்லை.

இந்த உண்மையை உணர்ந்த சின்னமாயி அம்மையார் கணவனுக்குத் தெரியாமல் ஏழைகளின் பசியாற தானியங்களை எடுத்துக் கொடுத்துவிடுகிறார். உணவுப் பிச்சை இடுவது பெண் களின் தனி உரிமை என்பதனைத் தமிழ்நாட்டில் மணிமேகலை காலம் தொடங்கி இன்றைய வாழ்வியல்வரை காண்கிறோம்.

விவசாயக் குடும்பத்தில் பிறந்து விவசாயம் சார்ந்த தொழிலாளி யாக வாழ்ந்து மறைந்த சின்னமாயி அம்மையார் மண்ணின் மகத் துவத்தை உணர்ந்திருக்கிறார். மண்ணிலும் ஏழைகளின் மனத்திலும் விழுந்த விதைகள் முளைக்கத் தவறுவதில்லை என அவருக்குத் தெரிந்திருக்கிறது. மண்ணில் புதைந்த நிலையிலும் அவர் கிறித்துவ ராக உயிர்த்தெழுந்துள்ளார். மறு உயிர்ப்பு என்பது உழவு சார்ந்த வெகுசன மக்களின் பண்பாடாகும். இதுவே கிறித்துவரான சின்ன மாயி அம்மையாரின் வாழ்விலும் நிகழ்ந்திருக்கிறது. வயிற்றுவலியால் துடித்த கோனாருக்கு மண்ணையே மருந்தாகப் பரிந்துரைத்ததும் இதனால்தான்.

மரித்தியம்மாள் கல்லறை வழிபாடு குறித்த செய்திகள் எனக்கு வியப்பைத் தந்தன.

நெடும்பலம் சாமியப்பா (முதலியார்) நீதிக்கட்சியின் தலைவர்களில் ஒருவர். தந்தை பெரியாரின் நண்பர். அவர் நிலத்திலும் கிறித்துவம் உயிர்த்தெழுந்துள்ளது.

சின்னமாயி அம்மையார் தாய்த் தெய்வம் என்றால் மரித்தியம்மாள் கன்னித் தெய்வம் ஆகிறார்.

வீரமாமுனிவர்,

உருவில்லா உருத்தாங்கி உலகிலோரு மகன் உதிப்பக்
கருவில்லாக் கருத்தாங்கி கன்னித்தாய் ஆயினையே

என்று தேவமாதாவைப் பாடுகிறார். சாதி அரசியல் வேறுபாடுகளைத் தாண்டி மரித்தியம்மாள் இவ்வாறு வழிபடப் பெறுவதில் வியப்பொன்றுமில்லை.

நூலாசிரியரான அடிகளார், திருச்சபையின் உறுப்பினர் என்ற வகையில் இவ்விரு ஆலயங்களும் திருச்சபை நிர்வாகத்தின் கீழ் வரவில்லையே என்று வருத்தப்படுகிறார். திருச்சபை பொறுப்பிலுள்ள எல்லாக் கோயில்களும் வேளாங்கண்ணி போல் மக்களை ஈர்க்கும் திறன் கொண்டவையல்ல. எனவே அடிகளாரின் வருத்தம் எனக்கு நியாயமாகத் தோன்றவில்லை.

அடித்தள மக்களின் ஆன்மீக உணர்வுகள் இது போன்றவற்றாலும் ஆகமங்களாலும் உருவானவை அல்ல. அவை எளிய மக்களின் உரையிலும் நினைவுகளிலும் கனவுகளிலும் தங்கி வாழ்பவை; அங்கேயே வளர்பவை. எனவே திருச்சபை வரம்புக்குள் வரமறுக்கும் எளிய மக்களின் ஆன்மீக உணர்வுகளை அப்படியே பாதுகாப்பது நல்லது என்று நான் கருதுகிறேன்.

அதிகார மையங்களுக்கு அப்பாற்பட்ட ஆன்மீக உணர்வுகளே (அதிலும் குறிப்பாக எளிய மக்களின், பெண்களின்) இந்த நாட்டில் சமயத்தையும் சமயச் சார்பின்மையினையும் ஒருங்கே பாதுகாத்து வருகின்றன.

அடிகளாரின் பரந்த நோக்கும் எழுத்து முயற்சிகளும் தொடரட்டும், வெல்லட்டும்.

(அ. இருதயராஜ் சே.ச. எழுதியுள்ள 'வெகுசனக் கத்தோலிக்கத்தில் கல்லறைகள்' எனும் நூலிற்கு அளித்த அணிந்துரை.)

❍

நாலாயிர திவ்வியப் பிரபந்தமும் பக்தி இயக்கமும்

தமிழ்நாட்டில் கி.பி. ஆறாம் நூற்றாண்டில் கால் கொண்ட பக்தி இயக்கம் சைவம், வைணவம் என்று இரண்டு பிரிவாக வளர்ந்தது. வேதத்தினைப் புனித நூலாக ஏற்றுக்கொண்டதோடு தனித்த தன்மையினை உடைய ஒரு இறைவனை உருவப்படுத்திக் கொண்டதும் இவை இரண்டின் பொதுவான அம்சமாகும். இவை இரண்டினைத் தவிர வேதத்தினை மட்டும் கொண்டாடும் சுமார்த்தம் தமிழ்நாட்டில் தனியொரு மதமாக உருவாகவேயில்லை.

தமிழ்நாட்டு வைணவப் பக்தி இயக்கத்தின் வெளிப்பாடாக ஆழ்வார்களின் பாடல்கள் பிறந்தன. கால அடைவுப்படி முதலாழ்வார்கள் எனப்படும் மூன்று பேர் கி.பி. ஆறாம் நூற்றாண்டளவில் தமிழ்நாட்டின் வடகோடிப் பகுதியான தொண்டை மண்டலத்தில் பிறந்தவர்கள். பின்வந்த ஆழ்வார்களில் திருமழிசை ஆழ்வார் தொண்டை மண்டலத்தைச் சார்ந்தவராவார். கி.பி. எட்டாம் நூற்றாண்டளவில் தொண்டரடிப் பொடியாழ்வார், திருமங்கையாழ்வார், திருப்பாணாழ்வார் ஆகிய மூவரும் சோழநாட்டில் பிறந்தவர்கள். குலசேகர ஆழ்வார் சேர நாட்டு அரச மரபினைச் சேர்ந்தவர். எஞ்சிய ஆழ்வார்கள் நால்வரும் பாண்டிய நாட்டில் மதுரைக்குத் தெற்கேயுள்ள நிலப்பகுதியில் பிறந்தவர்கள். இதற்கு மாறாக, பெரும்பாலான சைவக் குருமார்களும் அடியார்களும் சோழ நாட்டுக்காரர்களாகவே இருந்தனர் என்பது இங்கே குறிப்பிடத்தக்க செய்தியாகும்.

'ஆழ்வார்' என்ற சொல்லிற்கு 'அரச மரபில் பிறந்த பெண்' என்பதே பொருளாகும். அரச குடும்பத்துப் பெண்களும் அரசனின் மனைவியும் மற்றவர்களால் 'ஆழ்வார்' என்றே அழைக்கப்பட்டனர்.

சோழர் காலக் கல்வெட்டுகளும் வைணவ உரையாசிரியர்களும் இக்கருத்தினை உறுதி செய்கின்றனர். இந்தப் பெயர் வழக்கே பக்தி இயக்கத்தின் அடிக்கூறுகளில் ஒன்றான நாயக-நாயகி பாவனையில் வெளிப்பாடாகும். 'திருமாலாகிய இறைவன் ஒருவனே ஆண்; மனித உயிர்கள் எல்லாம் பெண்களே' என்பது நாயக-நாயகி பாவனையின் கருத்தாகும். வைணவ மரபு இறைவனைப் 'புருஷோத்தமன்' (புருஷ உத்தமன்) எனப் பெயரிட்டு அழைக்கின்றது. சமண பௌத்த மதங்களின் துறவு நெறிக்கு எதிராகப் பக்தி இயக்கம் 'குடும்பம்' என்னும் அமைப்பினை உயர்த்திப் பிடித்தது. சைவ சமயம் இப்போக்கிற்குத் தன் பங்களிப்பாக 'அர்த்தநாரீஸ்வர' வடிவத்தை அளித்தது. தமிழ்நாட்டு வைணவமோ பாகவதக் கதைகளை அடியாகக் கொண்டு கண்ணனின் காதல் விளையாட்டு களைக் காமச்சுவை (சிருங்கார ரசம்) படப் பாடிக்காட்டியது.

ஆழ்வார்களில் பெண்ணாகப் பிறந்த ஆண்டாளின் பாடல்கள் அனைத்தும் கண்ணனை நோக்கிய காதல் பாடல்களே. ஆழ்வார் களில் கடைக்குட்டியாகக் கருதப்படும் மதுரகவியாழ்வார் தன்னு டைய குருவான நம்மாழ்வாரைப் பற்றி மட்டுமே பாடினார். நாராயணனைப் பற்றிப் பாடவில்லை. ஆழ்வார்களின் பாடல்கள் கி.பி. 11ஆம் நூற்றாண்டளவில் நாதமுனி என்பவரால் அடைவு படுத்தப்பட்டன. நாலாயிரம் என்ற முழுமையான எண்ணாகக் குறிப்பிடப்பட்டாலும் அவை மொத்தம் 3,786 பாசுரங்களே ஆகும். இப்பாடல்கள் அனைத்தும் இயற்பாடல்கள், இசைப்பாடல்கள் என்று இரண்டாகத் தொகுக்கப்பட்டுள்ளன.

ஆழ்வார்கள் பாடல்களில் இருந்து நாம் காணுகின்ற ஒரு புதுமை அவர்கள் இலக்கியத்தின் வகைமைகளைப் பெருக்குவற்கு நடத்திய பல்வேறு சோதனை முயற்சிகளாகும். வைணவ இலக்கிய வகைகளை ஆராய்ந்த ம.பெ. சீனிவாசன் 24 வகையான பிரபந்தங் கள் ஆழ்வார்களின் பாசுரங்களில் காணப்படுவதாகக் குறிப்பிடு கின்றார். இந்தச் சோதனை முயற்சிகளின் தளமாக 'மேலோர் எழுத்து மரபு' என அறியப்பட்டவற்றிலிருந்து அவர்கள் புறம் போகவும் தயாராக இருந்தார்கள். குறிப்பாக, நாட்டார் இலக்கிய மரபில் ஒருவரை வாழ்த்தும் முறையிலிருந்து 'பல்லாண்டு' என்ற இலக்கிய வடிவத்தை அவர்கள் ஆக்கினார்கள். தாலாட்டுப் பாசுரங்கள் இங்கே எண்ணத் தகுந்தவை. பிள்ளைகளைக் கொஞ்சும் முறையிலிருந்து 'பிள்ளைத்தமிழ்' என்ற இலக்கிய வகைமை யினையும் அவர்கள் உருவாக்கினர். பெரியாழ்வாரின் கண்ணன் பிள்ளைத்தமிழ் கவிதைச்சுவையின் மேலெல்லை எனலாம். இவை யன்றி நாட்டார் சடங்கிலிருந்து அவர்கள் உருவாக்கிய இலக்கிய வடிவமே 'பாவை' ஆகும். எழுத்திலக்கிய மரபினை நாட்டார் இலக்கிய

மரபினை நோக்கி நகர்த்திய இந்தச் சாதனை இலக்கிய வளர்ச்சிக்குத் தமிழ் பக்தி இயக்கத்தின் மிகப் பெரிய பங்களிப்பாகும்.

இந்திய இலக்கிய மரபில் கவிதை இலக்கியம் பின்வந்த பல நூற்றாண்டுகளாகச் செழித்து வளரக் காரணமாக அமைந்தது 'கண்ணன்' என்னும் தெய்வத்தின் பிள்ளை விளையாட்டு (பாகவதக்) கதைகளாகும். பின்வந்த பல நூற்றாண்டுகளில் இந்தியாவில் பல்வேறு மொழிகளில் கண்ணன் என்னும் தெய்வத்தை மையமிட்டுக் கவிதை இலக்கியம் வளர்ந்தது. இந்த இலக்கிய முயற்சியை இந்திய மொழிகளில் ஆழ்வார்களே தொடங்கிவைத்தார்கள்.

சமண, பௌத்த மதங்களுக்கு எதிராகக் கிளர்ந்தெழுந்ததே தமிழ்நாட்டு பக்தி இயக்கம். சைவமும் வைணவமுமே சமண, பௌத்த மதங்களை எதிர்த்தன. அவ்விரு மதங்களும் தங்களின் எழுச்சிக்கு ஒரு தமிழ் அடையாளத்தைத் தேடின. அவை சமண, பௌத்த மதங்களைத் 'தமிழ் அடையாளம் அற்றவை' எனக் குற்றம் சாட்டின. நாலாயிர திவ்வியப் பிரபந்தம் கண்ணனை 'தென்னன்' என்றும் பேசிக் காட்டியது. வேறு வகையில் சொல்வதானால் இந்திய இலக்கிய அரங்கில் தமிழ்நாட்டுப் பக்தி இயக்கமே தேசிய இனம் என்னும் பார்வையை முதலில் முன்வைத்தது.

தமிழ்நாட்டுப் பக்தி இயக்கத்தின் முக்கியமான மற்றொரு கூறாகப் பன்னிரண்டு ஆழ்வார்களில் ஒருவரான தொண்டரடிப் பொடியாழ்வார் இன்றளவும் அதிர்ச்சி தரும் ஒரு செய்தியினை முன்வைக்கின்றார். 'பிராமணனாக இருக்கும் ஒருவன் பக்தனாக முடியாது. பக்தனாக இருக்கும் ஒருவன் பிராமணனாக முடியாது. எனவே, நான் எனது பிராமணத் தன்மையினை விட்டு விடுகிறேன்' என்று பிராமணனான தொண்டரடிப் பொடியாழ்வார் பாடு கின்றார்,

> *குளித்து மூன் றனலை யோம்பும்*
> *குறிகொளந் தன்மை தன்னை*
> *ஒளித்திட்டே னென்கண் இல்லை – (896)*

என்பது அவர் தம் வெளிப்படையான முழக்கம்.

இவருக்கு வடமொழியில் 'பக்தி சாரர்' என்றே பெயர். இந்த வகையான எதிர்ப்பதிவு கி.பி. ஏழாம் நூற்றாண்டளவில் இந்தியாவின் எந்த ஒரு மொழியிலும் இடம் பெற்றிருப்பதாகத் தெரியவில்லை. கி.பி. பன்னிரண்டாம் நூற்றாண்டில் வந்த வைணவ உரையாசிரியர் களும் தத்துவ ஆசிரியர்களும் இந்தியாவின் எந்த ஒரு மொழியிலும் இடம்பெற்றிருப்பதாகத் தெரியவில்லை. இந்த முன்னெடுப்பில் குறிப்பிடத்தகுந்தது சுத்தம் X அசுத்தம் என்ற கருத்தியலாகும்.

ஆழ்வார்களின் பாடல்களிலேயே கண்ணன் என்னும் குழந்தையை முன்னிறுத்தி, சுத்தம் என்னும் பிராமணிய அல்லது வைதீகக் கோட்பாட்டினைத் தகர்த்து எறிய முற்பட்டனர். குழந்தை என்பது சுத்த, அசுத்த அளவுகோல்களுக்கு அப்பாற்பட்டது. அது ஒரு அழகு வெளிப்பாடு மட்டுமே. எனவே, கண்ணன் என்னும் குழந்தையின் அழுக்கினையும் கொண்டாடும் நாலாயிர திவ்வியப் பிரபந்தத்தில் நிறையவே உள்ளன. இது பிராமணியத்தின் கருத்தியலுக்கு எதிரான இலக்கிய வெளிப்பாடாகவும் வாழ்வியல் வெளிப்பாடாகவும் அமைகின்றது. இந்த அணுகுமுறையே பின்னாளில் இராமானுசர் என்னும் சமயப் புரட்சியாளர் தமிழ்நாட்டில் தோன்றுவதற்கு வழிவகுத்தது.

இறைவனின் (திருமாலின்) பண்புகளாக ஆழ்வார்கள் கற்பித்தவற்றை சௌசீல்யம், சௌலப்யம், காருண்யம் என்ற மூன்று நிலைகளில் சுருக்கமாக வகைப்படுத்தலாம். சௌசீல்யம் என்பது எல்லா வகையான நற்குணங்களின் சேர்க்கையாகும். இந்த நற்குணங ்களில் தலையாயது தனது அடியார்களைக் குறித்துத் தனது பிராட்டி குறை கூறினாலும் அதனை மறுப்பது ஆகும்.

தன்னடியார் திறத்தகத்துத் தாமரையாளாகிலும் சிதகுரைக்குமேல்
என்னடியார் அது செய்யார் செய்யின் அது நன்றென்று உரைப்பர்
                                            போலும்

என்பது ஆழ்வாரின் பாசுரமாகும். சௌலப்யம் என்பது இறைவனின் எளிவந்த தன்மை ஆகும். எல்லாம் வல்ல இறைவன் தன்னை ஒரு இடைப்பெண் வெண்ணெய் திருடியதாகச் சொல்லி உரலோடு சேர்த்துத் தாம்புக் கயிற்றால் கட்டியபோது அதனை ஏற்றவாறு இருந்தான்.

கண்ணிநுண் சிறுத்தாம்பினால் கட்டுண்ணப்
பண்ணி பெருமாயன்

என்பது மதுரகவியாழ்வார் பாசுரமாகும். 'சாமான்யன் என்று இடும் ஈடெல்லாம் இடுங்கோள் என்றிருந்தான்' என்பது இவ்வடி களுக்கு உரையாசிரியர் தரும் மெல்லுரை (வியாக்கியானம்) ஆகும். அவனுடைய கருணைத்திறம் (காருண்யம்) குறித்த செய்திகள் பாகவதக் கதைகளை அடியொற்றி ஆழ்வார் பாடல்களில் நிறையவே காணக் கிடைக்கின்றன.

இவ்வகையான அணுகுமுறைக்குக் கிருஷ்ணாவதாரம் மட்டுமே இடம் தருகின்றது. ஆழ்வார் பாடல்களில் 30 விழுக்காட்டிற்கு மேலாகக் கிருஷ்ணாவதாரத்தையே கொண்டாடுகின்றன. அரசதி காரத்தோடு தொடர்புடைய இராமாவதாரத்தை அவர்கள்

விதிவிலக்காக மட்டுமே கொண்டாடினர். அது மட்டுமன்று, கிருஷ்ணாவதாரத்தின் முழுமையாகக் காட்டப்பெறும் 'கீதாச் சார்யனை' ஆழ்வார்கள் கொண்டாடவேயில்லை. ஆழ்வார்களின் பாடல்களில் ஒரே ஒரு இடத்தில் மட்டுமே கீதை பற்றிய குறிப்பு ஒன்று வருகின்றது. எனவே, நாலாயிர திவ்வியப் பிரபந்தம் கீதாச்சாரியனைக் கொண்டாடவில்லை; பாகவதக் கிருஷ்ணனையே கொண்டாடுகின்றது என்பதே நாம் உணர்ந்துகொள்ள வேண்டிய செய்தியாகும்.

○

தொலைந்துபோன பொன்தொடரியின் கண்ணிகள்

பத்தொன்பதாம் நூற்றாண்டு தமிழக சமூக வரலாற்றில் குறிப்பிடத்தக்க காலமாகும். அதாவது ஐரோப்பியர் இங்கு வந்து ஒரு நூற்றாண்டுக் காலமான பின்னர் ஐரோப்பிய அறிவொளிக் காலத்தின் முதற்கதிர்கள் தமிழ்ச் சமூகத்தில் புதிய வெளிச்சத்தைப் பாய்ச்சின. அந்த ஒளியை ஏற்றி வந்த கருவியாக அச்சுக் கருவிகள் திகழ்ந்தன. "மூடத்தனத்தின் முடைநாற்றம் வீசுகின்ற காடு" என்று பாரதிதாசன் கவிதை குறிப்பிடுவதுபோல அச்சு இயந்திரம் வந்து ஒரு நூற்றாண்டுக் காலம் ஆன பின்னரும் தமிழரின் இல்லங்களிலிருந்து பனையோலைகளும் எழுத்தாணிகளும் அவை சார்ந்த புனிதங்களும் விடைபெற்றுப் போகவில்லை. பத்தொன்பதாம் நூற்றாண்டில் வந்த ஆங்கிலேயப் பாதிரிமார்கள், குறிப்பாகத் தமிழறிந்த பாதிரி மார்கள் தமிழர்களுக்கு ஒரு புதிய உலகத்தைத் திறந்து காட்டினர்; அல்லது படைத்துக் காட்டினர். இந்தப் புதிய உலகம் சிவனும் திருமாலும் படைத்த உலகத்திற்குப் போட்டியாக தமிழர் சிந்தனை யில் உருவானது அந்த உலக உருவாக்கத்திற்கு 'பிரமன் கைமண்' போல பத்திரிகைகள் மூலப் பொருளாகின. 1850 தொடக்கம் தமிழ் இதழ்கள் இந்தப் புத்துலக உருவாக்கம் பற்றி நமக்குக் கதைகதையாய்ச் சொல்கின்றன. 'கோத்த பொய் வேதங்களும் மதக் கொலைகளும் ஆள்வோர்தம் கூத்துக்களுமாயிருந்த' தமிழக வரலாறு மக்களால் எழுதப்படும் பொன் தொடரியாக (பொற்சங்கிலி) வளரத் தொடங் கியது. இந்தப் பொன் தொடரியின் கண்ணிகள் பல தொலைந்து போய் விட்டன. இக்கண்ணிகளில் சிலவற்றை மீட்டெடுத்துத் தந்துள்ளார் பேரா.வீ. அரசு. அவருக்குத் தமிழுலகம் நன்றிக்கடன் பட்டுள்ளது.

தமிழ்நாட்டில் சமூகம் என்பது சாதிகளின் அடுக்கேயன்றி வேறன்று. 1850 முதல் 1900 வரையிலான ஐம்பது ஆண்டுகளில் ஓரளவு எண்ணிக்கைப் பலம் கொண்ட எல்லாச் சாதியினரும் தங்களுக்கென ஒரு பத்திரிகையினைத் தொடங்கியிருந்தனர். 'ஊமைப்பிள்ளை பேசத் தொடங்கிய கதையிது.' சில பிள்ளைகள் மட்டும் தெளிந்த நல்லாற்றலோடு பேசின. பெருநகர உருவாக்கம் காரணமாக அப்படி அறிவார்ந்த பிள்ளைகள் சிலர் கூடிச் சுயசிந்தனையோடு தமிழில் 'தத்துவ விவேசினி' என்ற இதழையும் ஆங்கிலத்தில் Reformer thinker என்ற இதழையும் தொடங்கி நடத்தி யுள்ளனர். அறியப்படாத இந்த ஆளுமைகளின் பெருமுயற்சியினைப் பேராசிரியர் வீ. அரசு நிகழ்காலத்தின் தேவை கருதி வெளிப்படுத்தி யுள்ளார். 1878–1888 என இந்த நாத்திக இதழ்கள் வெளிவந்த காலத்தில்தான் வைதீகர்களும் சனாதனிகளும் ஆரிய சமாஜம், பிரம்ம சமாஜம், பிரார்த்தனை சமாஜம் போன்ற அமைப்புகளைச் சென்னையில் நிறுவி அவற்றின் கிளைகளையும் உருவாக்கி வந்தனர். நாவலாசிரியராக அறியப்பட்ட பி.ஆர். ராஜம் ஐயரின் Rambles of vedanta என்ற நூல் மிகச் சிறந்த நூலாக உயர்த்திப் பிடிக்கப்பட்டது. வைதிகத்தின் குழலான இந்து (ஆங்கிலம்) சுதேசமித்திரன் ஆகிய இதழ்களும் இக்கருத்துக்கு இசைந்து வினையாற்றின.

இந்த இதழ்கள் வெளிவந்த காலத்தில் தமிழ்ச் சமூகத்தின் எஞ்சிய பகுதி சைவ – கிறித்துவச் சண்டைகளால் நிரம்பியிருந்தது. யாழ்ப்பாணம் ஆறுமுக நாவலரின் புண்ணியத்தில் கிறித்துவத்தின் மீது தொடங்கப்பட்ட தாக்குதல்கள் சற்று ஆபாசமாகக்கூட இருந்தன. மற்றொரு புறம் இந்து, சுதேசமித்திரன் வழியாக உருவாக்கப்பட்ட இந்திய தேசியம் சிந்திக்கத் தொடங்கிய தமிழர்களை வேதாந்தப் படுகுழிக்குள் தள்ள முயன்றது. யாழ்ப்பாணம் காசிவாசி செந்திநாத ஐயரின் (இவர் நாவலரின் மாணவர்) தேவாரம் வேதசாரம், சைவ வேதாந்தம் என்னும் இரண்டு நூல்களும் அதற்கான சான்றுகளாகும். மனோன்மணியம் சுந்தரனார் போன்ற அறிஞர்கள் சைவ சித்தாந்தத்தை இந்தப் படுகுழியில் விழாமல் காப்பாற்றினார்கள். மறுபுறம் சுயசிந்தனையாளர்கள் சுழற்றிய தத்துவ விவேசினி போன்ற வாள்கள் நகர்ப்புறத்து மக்களோடு ஊர்ப்புறத்து மக்களையும் இந்துமத ஆசாரங்கள் என்னும் கொடும் பிடியிலிருந்து விடுவித்தன.

'ஆபாசம்' என்ற சொல்லாலே இந்து மதத்தை அடையாளப் படுத்திய இவர்களது அறிவுத்திண்மை இன்றளவும் நன்றிக்குரியது. அந்த வேதாந்தமே இன்று பகவத்கீதை என்ற பெயரில் இந்தியச் சமூகத்தை அடிமைப்படுத்தியிருக்கின்றது. ஐரோப்பிய அறிவொளிக் காலத்தின் புதிய சிந்தனைகளையும் கருத்துகளையும் இந்த இதழ் தமிழில் தரமுயன்றுள்ளது. ஐரோப்பிய நாத்திகர் பிராட்லாவின்

(Bradlaugh) மாணவராகத் தமிழகம் வந்த ஐரோப்பியப் பேராசிரியர் சிலருக்கும் இதில் பங்குண்டு. திருநெல்வேலி ம.தி.தா இந்துக் கல்லூரியில் பணியாற்றிய பேராசிரியர் விங்லேர் (துரை) இவர்களில் ஒருவர். இவரது மாணவராக இருந்த எழுத்தாளர் பி.ஸ்ரீ. ஆச்சார்யார் தம் நூலொன்றில் இவரைப் பற்றிக் குறிப்பிடுகின்றார்.

விங்லேர் சில காலம் பாளை நகராட்சியின் நியமனத் தலைவராகவும் இருந்துள்ளார் என்பது குறிப்பிடத்தக்கது. வேறு வகையில் சொல்வதானால் அறியப்படாத இந்த ஆளுமைகளின் தொண்டினை மீளக் கண்டெடுத்து நாம் நன்றியுடன் பதிவு செய்தாக வேண்டும். அறிவியல் தமிழின் வரலாற்றினை எழுத வந்தவர்கள் கூட தத்துவ விவேசினியில் வெளிவந்த அறிவியல் கட்டுரைகளைப் பற்றிப் பேசவில்லை.

'வெள்ளைக்காரருக்கு மீள உயிர் கொடுக்கும் சக்தியுண்டு' என்ற தலைப்பில் ஓர் ஆங்கில மருத்துவரின் சோதனை முயற்சி பற்றி நான்காம் தொகுதியில் கட்டுரை வெளிவந்துள்ளது. அக்காலத்தில் இக்கட்டுரை படித்தவர்களிடம்கூட எத்தகைய அதிர்வலைகளை உருவாக்கியிருக்கும் என்று நினைத்துப் பார்க்க முடியவில்லை. எனவேதான் சொல்லுகின்றோம். தமிழ் அறிவுலக வரலாற்றில் தொலைந்துபோன பொன்தொடரியின் கண்ணிகளைப் பேராசிரியர் வீ. அரசு மீட்டெடுத்துத் தந்துள்ளார். நிகழ்கால ஆய்வுலகமும் ஆய்வாளர்களும் அவருக்குப் பெரிதும் நன்றிக்கடன் பட்டுள்ளோம்.

பேரா.வீ. அரசு தொகுத்த 'தத்துவ விவேசினி' நான்காம் தொகுப்புக்கான முன்னுரை

தேவாங்கர் வாழ்வும் வழிபாடும்

கடந்த இருபது ஆண்டுகளாகத் தமிழில் புதிய அறிவுத் துறைகள் மலர்ச்சி பெற்று வருகின்றன. அவற்றுள் ஒன்று இனவரைவியல் (Ethnography) ஆகும். திரு.சொ. சாந்தலிங்கத்தின் நூல் இந்த வகையினைச் சேர்ந்ததாகும். மலர்ந்து வரும் அறிவுத் துறையில் வெளிவரும் நூல் என்பதால் இது வரவேற்புக்கும் பாராட்டுக்கும் உரியது.

பெரியாரின் பகுத்தறிவு இயக்கத்தைப் படித்த தமிழர்கள் தவறாகப் புரிந்து கொண்டதனால் தங்கள் சாதி உட்பட, சாதிகளைப் பற்றிய எழுத்தும் பேச்சும் தவிர்க்கப்பட வேண்டியவை என்று தவறாகக் கணித்துவிட்டனர். அண்மையில் நாட்டார் வழக்காற்றியல் துறையின் எழுச்சிக்குப் பின்னர் இக்கருத்து தவறு என்பது நிலைபெற்று விட்டது. தமிழ்நாட்டைப் போல நெடிய வரலாற்றையும் ஆயிரத்துக்கும் மேற்பட்ட சாதிகளையும் கொண்ட சமூகத்தின் தொல்வரலாறு சாதிப்புராணங்களிலும் தொன்மங்களிலும் சடங்கு களிலும் புதையுண்டு கிடக்கின்றது என்பதை இப்போது நாம் உணர்கிறோம்.

தமிழ்நாட்டில் இத்தகைய உணர்வைத் தோற்றுவித்த ஆய்வாளர் களில் அறிஞர் மா. இராசமாணிக்கனார், எம். சீனிவாச அய்யங்கார் ஆகிய இருவரையும் நன்றியோடு நினைவுகூர்தல் வேண்டும். அந்த வகையில் தமிழ்ச் சாதிகள் மட்டுமன்றித் தமிழகத்துக்குள் புலம் பெயர்ந்த பிறமொழிச் சாதித் தொகுதிகளும் ஆராய்ச்சிக்குரியன வாகும். புலம் பெயர்ந்து வந்த பிறமொழி பேசும் சாதியர்கள்தான் தமிழகத்தில் பருத்தி உற்பத்திக்கும் கடந்த பத்து நூற்றாண்டுகளாக மிகப் பெரிய பங்களிப்பைச் செய்துவந்துள்ளனர் என்பது தமிழ் நாட்டின் சமூக, பொருளாதார வரலாற்றில் மிக முக்கியமான வரலாற்றுப் பதிவாகும். புலம் பெயர்ந்த மக்களானாலும் அவர்கள்

திராவிடக் கலாச்சாரத்தின் பங்காளிகளாகவே இருந்து வருகின்றனர் என்பதும் சமூக வரலாற்றுண்மையாகும்.

திராவிடக் கலாச்சார அடிக்கூறுகளின் மையமான ஆதிச்சநல்லூர் நாகரிகம் தொட்டு நம்மோடு கலந்து நிற்பது தாய்த்தெய்வ வழி பாடாகும். தமிழ்நாட்டில் கன்னடம் பேசும் தேவாங்கரின் சௌடாம்பிகை அம்மன் வழிபாடும் அந்த வகையிலேயே சேர்த்து எண்ணப்பட வேண்டியதாகும்.

இன்னும் ஒரு வரலாற்றுக் குறிப்பினையும் இவ்விடத்தில் பதிவு செய்ய வேண்டும். தமிழ்நாட்டு அரசுகளில் முழு நேரப்படை வீரர் எண்ணிக்கை மிகக் குறைவு. போர்க் காலங்களில் நெசவு, கோயிற் காவல் முதலிய பணி செய்யும் சாதியரும் ஆயுதம் ஏந்திப் போராடி இருக்கின்றனர். சௌடாம்பிகை அம்மன் வழிபாட்டில் சக்கி நிறுத்துதல் என்னும் சடங்கு கன்னட தேவாங்கர், குறுவாள்(அ) குத்துவாள் ஏந்திப் போராடிய சாதியர் என்பதைக் காட்டுகின்றது. பேராண்மையோடு தங்கள் குருதியினைத் தெய்வத்திற்குப் படைக்கும் இச்சடங்கும் திராவிடப் பண்பாட்டின் ஒரு கூறுதான். இன்னும் தெளிவாகச் சொல்வதானால் கன்னடமும் களிதெலுங்கும் கவின் மலையாளமும் துளுவும் ஒருதரத்தில் உதித்தெழுந்த கதையின் பகுதி இது.

சிலநாட்கள் என் மாணவராகவுமிருந்த திரு.சொ. சாந்த லிங்கத்திடமிருந்து நானும் சில விளக்கங்களைப் பெற்றுக் கொண்டிருக்கிறேன். அவரின் இந்தச் சிறுநூல் அவர் புதிய துறையில் தடம் பதித்திருப்பதைக் காட்டுகிறது. இப்புது நெறியில் அவரும் ஏனைய தமிழ் ஆய்வாளர்களும் இன்னும் நெடுந்தூரம் போக வேண்டும். அப்போதுதான் தமிழக வரலாறு முழுமை பெறும்.

நூலாசிரியரின் முயற்சிக்கும் உழைப்புக்கும் எனது பாராட்டுகள்.

முனைவர் சொ. சாந்தலிங்கம் எழுதிய 'தேவாங்கர் மரபும் குலச் சடங்குகளும்' நூலுக்கான அணிந்துரை.

பேரக் குழந்தைகள்

தமிழில் புழங்கும் உறவுமுறைச் சொற்களில் பண்பாட்டளவில் குறிப்பிடத் தகுந்தவை பேரன், பேத்தி ஆகிய சொற்கள். இவற்றின் சரியான வடிவம் பெயரன், பெயர்த்தி என்பதாகும். பெயரன் என்ற சொல்லுக்கு மீண்டும் வந்தவன் என்பதே பொருள். இறந்து போன பாட்டனே மீண்டும் பெயரனாகவும் பாட்டியே பெயர்த்தி ஆகவும் பிறந்திருக்கிறார்கள் என்பது நம்பிக்கை. இந்த நம்பிக்கையின் அடிப்படையில்தான் பெயரன், பெயர்த்தி ஆகிய சொற்கள் பிறந்தன.

பாட்டனும் பாட்டியும் பேரக் குழந்தைகளிடமிருந்து புது மணமக்களைப் போல இன்பம் பெறுகின்றனர். மக்கள் 'மெய் தீண்டல் உடற்கின்பம்' எனும் குறள் பேரக் குழந்தைகளிடமே முழுமை பெறுகிறது. பாட்டன் பெயர் இடப்பட்ட பெயரனைப் பாட்டி மிகுந்த மரியாதையோடு நடத்துகிறாள். அவனைப் பெயர் சொல்லி அழைக்காமல் ஐயா, தங்கம், ராசா என்ற செல்லப் பெயர்களால் அழைக்கின்றனர். பெற்ற மக்கள் இறந்த பின்னர் நீர்க்கடன் செய்வதைப் போல பேரக் குழந்தைகளுக்குச் சடங்கியல் கடமைகள் உள்ளனவா? உள்ளன. பாட்டனாரின் இறுதி ஊர்வலம் புறப்படும்போது பெயரன் நெய்ப்பந்தம் பிடிக்கிறான். வசதி குறைந்த வீடுகளில், ஊதுவத்திக் கட்டைக் கொளுத்திப் பேரக் குழந்தைகள் கைகளில் கொடுத்து வழி அனுப்புகிறார்கள். சில சாதியாரில் பேரக் குழந்தைகளை உயரத் தூக்கிப் பிடித்து வெள்ளைத் துண்டைக் கொடுத்து வீசி வழியனுப்பச் சொல்வார்கள். பெயரனுக்கு இது கடமை என்றால், பேத்தியின் சடங்கியல் கடமைகள் என்ன என்ற கேள்வி எழுகிறது

முன்னெல்லாம் இறந்தவர்க்கான வாய்க்கரிசிக்கு உறவினர்கள் கொண்டு வரும் நெல்லை வீட்டு வாசலில் உரலில் இட்டுக் குத்து வார்கள். வாய்க்கரிசி நெல்லைக் குத்தும்போது, உலக்கை இடும்

தொ. பரமசிவன் ◆ 31

உரிமை மகள் வழிப் பேத்திமார்க்கே உண்டு. அது போலவே நான்கைந்து நாட்கள் கழித்துப் பலகாரப் படையல் (கிழமை) வைக்கும் உரிமையும் அவர்களுக்கே உண்டு.

பேரன், பேத்தி என்பது சொத்துரிமைக்கு அப்பாலும் மரியாதை பெறும். ஏனெனில் அது உயிர்களின் தொடர்ச்சியைக் குறிக்கும் உறவாகும்.

மகள்வழிப் பேத்தி மணஉறவுக்கு உரியவளாகக் கருதப்பட்டாள். அதன் தொடர்ச்சியாகக் கேலி செய்யும் உரிமை இன்றும் பாட்டனுக்கு வழங்கப்படுகிறது. எதிர்நிலையில் மகள்வழிப் பேரன் இதே நிலையில் பாட்டியின் கேலியைப் பெறுகிறான்.

பண்பாட்டுக் கூறுகள் பெற்றோரிடமிருந்து பெறப்படுவதை விட தாத்தா, பாட்டியிடமிருந்தே அதிகம் பெறப்படுகின்றன. நிகழ்காலத்தில் தாத்தா பாட்டியிடமிருந்து அந்நியப்பட்டுவிட்டதால், குழந்தைகளின் கதையுலகமும் கற்பனையும் சுருங்கிப் போய்விட்டன என்பது வருத்தத்திற்குரிய செய்தியாகும்.

◯

தம்பி உடையான்

ஒரு தாய் வயிற்றில் தனக்குப் பின் பிறந்தவனை 'தம்பி' என்னும் உறவுமுறைச் சொல்லால் குறிப்பது வழக்கம். இராமனுடைய தம்பிமார்களை 'எம்பெருமான் பின்பிறந்தார்' என்று குறிக்கின்றார் கம்பர். பெரியதம்பி, நல்லதம்பி, சின்னத்தம்பி என்று தமிழ்நாட்டிலும் சிவத்தம்பி, விநாசித்தம்பி, நன்னித்தம்பி என்று ஈழத்திலும் மக்களின் பெயர் வழக்குகளைக் காண்கிறோம். மலையாளப் புனைகதை எழுத்துக்களில் திரிவிக்ரமன் தம்பி, மதுசூதனன் தம்பி, நாராயணன் தம்பி முதலிய பெயர் வழக்குகளைக் காண்கிறோம்.

ஆனால், தமிழகத்தில் கீழக்கரை இசுலாமியரிடம் செய்குத்தம்பி, சக்குத்தம்பி, முகமது தம்பி முதலிய பெயர் வழக்குகளைக் காண்பது விதிவிலக்காகவும் வியப்பாகவும் இருக்கிறது. 17ஆம் நூற்றாண்டில் கீழக்கரையில் வாழ்ந்த வள்ளல் சீதக்காதியின் தந்தை பெயர் பெரிய தம்பி மரைக்காயர் என்ற மாமுநைனா மரைக்காயர் என்பதாகும். இசுலாமிய மரபு சாராத 'தம்பிப் பெயர்' வழக்கினை இசுலாமியர் எவ்வாறு ஏற்றுக்கொண்டனர்? இவர்கள் யாருக்குத் தம்பி? என்ற கேள்விகள் வரலாற்றுக் குறிப்புடையனவாகும்.

சேதுபதி அரச மரபினைக் கூர்ந்து கவனித்தால் அவர்களுக்கும் கீழக்கரை இசுலாமியருக்குமான உறவு நிலை புலப்படும். 'சேதுபதி மன்னர்களின் தம்பி' என்ற வகையில்தான் கீழக்கரை இசுலாமியர்கள் தம்பிப் பட்டத்தைப் பெற்றிருக்கிறார்கள். இந்தப் பட்டத்தை இவர்கள் தாங்களே சூட்டிக் கொண்டிருக்க இயலாது. சேதுபதி மன்னர்கள் கொடுத்த இந்தப் பட்டத்தை இவர்கள் பெற்றுக்கொண்டிருக்கிறார்கள்.

கீழக்கரையில் வாழ்ந்த இசுலாமியர்கள் 'அஞ்சுவண்ணம்' என்னும் அரேபிய வணிகக் குழுவுடன் வந்த சாமந்தப் பண்டசாலிகள் ஆவர். (அதாவது பண்டகச்சாலை காப்பாளர் என்று பொருள்.) இன்றளவும் கீழக்கரையில் இசுலாமியர்கள் கீழப்பண்டகச்சாலை, மேலப் பண்டகச்சாலை என இரு பிரிவினராக வாழ்ந்து வருகின்றனர்.

16ஆம் நூற்றாண்டின் நடுப்பகுதியில் இராமநாதபுரத்திற்கு மேற்கே 'போகலூர் சத்திரக்குடி' என்னுமிடத்தில் சேதுபதி மன்னர்களின் முன்னோர்கள் சிறிய அளவில் மண்கோட்டை கட்டிக்கொண்டு வாழ்ந்திருந்தனர். அக்காலத்தில் வைகையாற்றங்கரைப் பகுதியை ஆண்டுவந்த வானாதிராயர் அரச மரபினர் மிகப் பலவீனமாக இருந்தனர். இந்நிலையில் கீழக்கடற்கரையில் தங்கள் வணிக மேலாதிக்கத்தை நிலைநாட்ட விரும்பிய இசுலாமியர்கள் சேதுபதி மரபினர் கிழக்கே இடம்பெயர்வதை விரும்பினர். கிழக்குக் கடற்கரையில் நிலவிய போர்த்துக்கீசியரின் கடலாதிக்கமும் அவர்களின் ஆதரவினால் பரவிக்கொண்டிருந்த கத்தோலிக்கக் கிறித்துவ மரபும், இசுலாமியர்களுக்குச் சவாலாக விளங்கின. எனவே, தரவைக் காடாக (கல்லும் கள்ளியும் மேய்ச்சல் நிலமுமாக) இருந்த இராமநாதபுரத்தில் கோட்டை கட்டிக்கொண்டு சேதுபதிகள் அரசமரபை நிலைநிறுத்தப் பொருளுதவி செய்தனர்.

சேதுபதிகளுக்குச் செய்த உதவிகளுக்குக் கைமாறாக கீழைக் கடற்கரையின் சங்கு, சிப்பி சேகரிப்பு உரிமையினையும் கடற்கரையை ஒட்டிய கச்சத்தீவு போன்ற பகுதிகளில் சாயவேர் சேகரிக்கும் உரிமையினையும் கீழக்கரை இசுலாமியர் பெற்றுக் கொண்டார்கள். அத்தோடு சேதுபதி மன்னரிடமிருந்து தம்பி என்ற உரிமை உணர்வு காட்டும் பெயரினையும் பெற்றுக் கொண்டனர். இதன் தொடர்ச்சியாக, 17ஆம் நூற்றாண்டின் நடுப்பகுதியில், கிரியோலி அடிகள் என்பவரால் கடற்கரையினை ஒட்டி பரப்பப்பட்ட கத்தோலிக்கத்தை எதிர்க்கும் பணியினையும் அவர்கள் மேற்கொண்டனர். இப்பணியில் வள்ளல் சீதக்காதியின் தந்தை பெரிய தம்பி மரைக்காயர் முன்னணியில் நின்றார்.

சீதக்காதி திருமண வாழ்த்துப் பாடல் என்ற சிற்றிலக்கியம் ஒன்று, 'பேறாகவே வந்த பெரிய தம்பி தன்புகழை மாறாமலே வளர்க்க வந்த சீதக்காதி மன்னன்' என்று சீதக்காதியின் தந்தை பெரியதம்பி மரைக்காயரை அறிமுகப்படுத்துகின்றது. கூரைப்பள்ளி எனப்படும் வேதாளை பள்ளிவாசலில் உள்ள மீசான் (கல்லறை) கல்வெட்டு ஒன்று இது குறித்த அசைக்க முடியாத சான்று ஒன்றினை நமக்குத் தருகின்றது.

...... திருவடி
சீமை தேசாத்தியத்துக்கு மணிய
மாக நின்று நகருக்குள் ஏழு
கரை துறைக் கோவிலும்
சுட்டு இடிச்சுக் கீர்த்தியும்
மிக விருதும் பெத்த பெரிய தம்பி
மரைக்காயர் குமாரரான சேகு
இபுராகிம்

என்று குறிப்பிடுகின்றது. இக்கல்வெட்டு சீதக்காதியின் அண்ணன் சேகு இபுராகிம் மரைக்காயரின் கல்லறைக் கல்வெட்டு ஆகும். நசுருக்கள் என்பது அக்காலத்தில் கிறித்துவர்களைக் குறிக்கும் சொல் என்று இக்கல்வெட்டினைக் கண்டுபிடித்த அறிஞர் எஸ்.எம். கமால்* விளக்கம் தருகின்றார். எனவே, இடிக்கப்பட்டவை கத்தோலிக்கக் கிறித்தவத் தேவாலயங்கள் என்பது தெரிய வருகின்றது. இந்தப் பகுதியில் கத்தோலிக்கக் கிறித்துவ மதத்தைப் பரப்பிய கிரியாலி அடிகளாரும் கொல்லப்பட்டார் என்று கிறித்தவர்களின ஆவணங்கள் குறிப்பிடுகின்றன. மேற்குறித்த கல்வெட்டு பெரிய தம்பி மரைக்காயர் திருவடி சீமை (சேதுநாடு) தேசாதியத்துக்கு மணியமாக நின்று இந்தச் செயலைச் செய்தார் என்று குறிப்பிடு கின்றது.

17ஆம் நூற்றாண்டின் தொடக்கப் பகுதியிலும் நடுப்பகுதி யிலும் எழுந்துவந்த சேது அரச மரபினருக்கு மேற்கிலிருந்து மதுரை நாயக்கர்களும் கடற்பகுதியிலிருந்து போர்த்துக்கீசியர்களும் தொல்லையாக இருந்தனர். கடற்பகுதி வழியாக வந்த போர்த்துக்கீசியர் களும் கத்தோலிக்கக் கிறித்தவமும் இசுலாமியர் செல்வாக்கால் மட்டுப்படுத்தப்பட்டன. அவர்கள் செய்த உதவிக்குக் கைமாறாகவே சேதுபதி மன்னர்கள் தம்பி என்ற உறவு முறையினைப் பகிர்ந்து கொடுத்தனர்.

திருவனந்தபுரம் பகுதியில் வழங்கப்படும் தம்பிப் பெயர் வழக்கு அரசமரபினரின் 'ஒன்று விட்ட' (அதாவது மூத்தோர் சொத்தில் பங்குரிமை இல்லாத) உறவுமுறையினைக் குறிக்கும் சொல்லாகும் என்பதையும் நினைத்துப் பார்க்க வேண்டும். அதே நிலையில்தான் கீழக்கரை இசுலாமியரின் தம்பிப் பெயர் அரச மரபில் உரிமை இல்லாது பெற்றுக்கொண்ட (ஒன்றுவிட்ட) உறவுமுறைப் பெயர் ஆகும்.

தம்பி என்ற ஒன்றுவிட்ட உறவுமுறைச் சொல் 20ஆம் நூற்றாண்டுத் தமிழ்நாட்டு அரசியலில் திருப்புமுனையினை ஏற்படுத்திய மாற்றங்கள் நமது சமகால அரசியலாகும். 'தம்பி உடையான் படைக்கு அஞ்சான்' என்ற பழமொழியும் இப்படித் தான் பிறந்திருக்க வேண்டும். கம்பராமாயணத்தில் 'தம்பியை இன்றி மாண்டு கிடப்பனோ தமையன் மேல்' என்று கும்பகர்ணன் பேசும் வீரவசனம் நம் நினைவிற்கு வருகின்றது.

ஐரோப்பியர் படைகள் வலிமையடைந்து கீழைக் கடற்கரை யிலிருந்து போர்த்துக்கீசியர் மறைந்தபோது இசுலாமியர் – கிறித்தவப் பகையுணர்வும் மறைந்துபோயிற்று.

---

* எஸ்.எம். கமால், 14 வேதாளை கூரைப்பள்ளிக் கல்வெட்டு, ஆவணம், இதழ் 4, சனவரி 1994.

கைம்பெண்ணும் சொத்துரிமையும்

1919இல் பிரிட்டிஷ் அரசாங்கம் இந்தியாவில் ஒன்றரை வயது முதல் பதினான்கு வயதுவரை உள்ள விதவைகளின் எண்ணிக்கையைப் பட்டியலிட்டு வெளியிட்டது. அதனைப் பார்த்து தேசிய இயக்கத் தலைவரான காந்தியடிகள் அதிர்ந்து போனார். அதன்பிறகு, அரை மனத்தோடு விதவை மறுமணத்தை அவர் ஆதரித்துப் பேசலானார். ஆனால், 'இரண்டாவது திருமணம் என்பதை என் வீட்டுப் பெண்களுக்குச் சிபாரிசு செய்யமாட்டேன்' என்றும் ஒரு பேட்டியில் அவர் வெளிப்படையாகவே கூறியிருந்தார். மனைவியை இழந்த வர்கள் மட்டும் விதவைகளை மறுமணம் செய்துகொள்ளலாம் என்று காந்தியடிகள் பரிந்துரை செய்ததுதான் இதற்குக் காரணம். இந்தக் கருத்துக்கு எதிர்வினை ஆற்றிய தமிழ்நாட்டுக் கவிஞர் பாரதியார், 'ஸ்ரீமான் காந்தி சொல்வதைக் கேட்டால் பின்னாளில் புருஷ விதவைகளின் எண்ணிக்கையைப் பார்த்து நாம் பரிதாபப்பட வேண்டும்' என்று கேலி செய்தார்.

இருபதாம் நூற்றாண்டின் தொடக்கம்வரை தமிழ்ச் சமூகத்திலும் பெரும்பாலான சாதிகள் குழந்தை மணம் செய்யும் வழக்கம் உடையதாக இருந்தன. அதேபோலக் கைம்பெண் மறுமணம் செய்யும் வழக்கத்தையும் அந்தச் சாதிகள் கொண்டிருந்தன. பிராமணர், வேளாளர் ஸ்மார்த்த பிராமணப் புரோகிதத்தோடு திருமணம் செய்த சில பிற்படுத்தப்பட்ட சாதியார் ஆகியோர் மட்டுமே கணவனை இழந்த பெண்ணுக்கு மறுமணம் செய்யும் வழக்கத்தைத் தடை செய்திருந்தனர்.

1880களில் வங்காளத்தில் பிராமணர்கள், பண்டிதர்கள், பத்ரலோக் வர்க்கத்தினர் ஆகியோரிடத்திலே வழக்கத்தில் இருந்த

கைம்பெண் கொடுமையைக் கண்டித்து 'கைம்பெண் மறுமணச் சங்கங்கள்' தொடங்கப்பட்டன. சென்னையில் இப்படி ஒரு சங்கத்தைத் தொடங்குவதில் முன் நின்றவர் சுதேசமித்திரன் ஜி. சுப்பிரமணிய ஐயர். 10 வயதில் திருமணமாகி விதவையான தன்னுடைய 13 வயது மகள் சிவப்ரியாவிற்கு அவர் 1889இல் பம்பாயில் கூடிய காங்கிரஸ் மாநாட்டில் மறுமணம் செய்து வைத்தார்.

விதவை, கைம்பெண், கைம்பெண்டாட்டி (கம்மனாட்டி), அறுத(ா)லி, முண்டை, வெள்ளைச் சேலைக்காரி என்பன தமிழில் கைம்பெண்ணைக் குறிக்க வழங்கும் இழிவான சொற்கள். இவை வசைச் சொற்களாகவும் வழங்குகின்றன. கணவனை இழந்த பெண் முழுமை இல்லாதவள் (மூளி) என்ற நினைப்பே இதற்குக் காரணம். மூளி என்ற சொல்லும் வசைச்சொல்லாகப் பயன்படுகிறது.

கைம்பெண் மறுமணம் அனுமதிக்கப்பட்ட சாதிகளில்கூட கணவனை இழந்த அன்றும் அதைத் தொடர்ந்து சில நாட்களும், கைம்பெண்ணின் உணவு, உடை, நடமாட்டம், சமூக உறவுகள் ஆகியவை கடுமையாகக் கட்டுப்படுத்தப்படுகின்றன. தாலி உட்பட அனைத்து அணிகளையும் கழற்றிடுதல், தலையணை இல்லாமல் வெறுந்தரையிலோ அல்லது சாக்கின் மீதோ அறையின் ஒரு பகுதியில் அல்லாமல் 'மூலையில்' உறங்குதல், வெற்றிலை பாக்கு போடும் பழக்கம் உடையவராக இருந்தால் உடனே நிறுத்துதல், முதல் எட்டு அல்லது பதினைந்து நாட்களுக்கு ஒருவேளை மட்டுமே உணவு உண்ணுதல், தலைக்கு எண்ணெய் தேய்க்காமல் வாராமல் இருத்தல், பிற ஆடவர் முகம் பார்க்காமல் இருத்தல் ஆகிய கொடுமையான வழக்கங்கள் இன்றும்கூடச் சில சாதியாரிடத்தில் உள்ளன. பிராமணப் புரோகிதத்தை ஏற்றுக்கொண்ட சில சாதியாரிடத்தில் இவை மிகக் கடுமையாகப் பின்பற்றப்பட்டு வருகின்றன. கைம் பெண்ணுக்கு மொட்டையடிக்கும் வழக்கம் உடைய பிராமணர்கள் இப்பொழுது அதைக் கைவிட்டுவிட்டார்கள்.

இறந்த கணவனுடன், மனைவி தீப்பாய்தல் என்னும் வழக்கமும், தமிழ்நாட்டில் அரசு மரபினரிடத்திலும் அவர்களோடு தொடர்புடைய குடும்பத்தினரிடத்திலும் இருந்திருக்கிறது. முதலாம் இராசராச சோழரின் தாய், கணவன் இறந்தவுடன் அவன் உடலோடு, தீப்பாய்ந்த பெண்களில் ஒருத்தி என்று திருக்கோவலூர்க் கல்வெட்டு கூறுகிறது. பால் குடிக்கும் குழந்தையைக்கூட விட்டுவிட்டுத் தன் கணவனின் ஈமத்தீயில் அவள் பாய்ந்தாள் என்பதனை,

..........சுரந்த
முலை மகப் பிரியினும் முழங்கெரிநடுவன்
தலைமகற் பிரியாத் தையல்

என்று கல்வெட்டு வியந்து பாராட்டியுள்ளது. ஆனால், விதிவிலக்காக எங்கேனும் அன்றித் தமிழ்நாட்டில் பெருவாரியான மக்களிடம் இவ்வழக்கம் இருந்ததில்லை.

ஒப்பாரி என்பது, தமிழ்ச் சமூகத்தின் குடும்ப அமைப்புக்குள் பெண்கள் பட்ட துயரங்களை அவர்களின் கவித்துவ ஆற்றலோடு ஒரு சேரப் புலப்படுத்தும் இலக்கிய வடிவம். இந்த இலக்கிய வடிவத்தில் பதிவு செய்யப்பட்டுள்ள பெண்களின் துயரங்கள் குறிப்பிடத் தக்கன. சொத்துடைய கணவன் இறந்தவுடன் அவனுடைய பங்காளிகள் (தந்தைவழி உறவினர்) எல்லாச் சொத்துகளையும் எடுத்துக்கொள்வதை ஒப்பாரிப் பாடல் ஒன்று பின்வருமாறு பதிவு செய்கின்றது. குழந்தை இல்லாத கைம்பெண்ணின் துயரம் இப்பாடல்:

> செஞ்சியிலே ரெண்டுகடை
> தேங்காய்க்கடை நம்மகடை
> சீமானும் போன அண்ணைக்கி
> தேங்காயெல்லாம் சூறை சூறை
> மதுரையிலே ரெண்டு கடை
> மாங்காக் கடை நம்ம கடை
> மன்னவனும் போன அண்ணைக்கி
> மாங்காயெல்லாம் சூறை சூறை

நாட்டு விடுதலைக்குப் பின்பு ஏற்பட்ட சட்டப் பாதுகாப்புகளுக்கு முன்னர் பெண்களுக்குத் தனியாகச் சொத்துரிமை என்பது தமிழ்ச் சமூகத்தில் மறுக்கப்பட்டே வந்துள்ளது. குழந்தை இல்லாமல் கைம் பெண்ணான ஒரு பெண்ணுக்குக் கணவனின் பரம்பரைச் சொத்திலோ அவர் ஈட்டிய சொத்திலோ முழு உரிமை கிடையாது. கணவனை இழந்தபின் ஒரு குழந்தையைத் தத்தெடுக்கும் உரிமையும் அவளுக்குக் கிடையாது. சொத்து முழுவதும் கணவனின் உடன்பிறந்த ஆண்களின் கட்டுப்பாட்டுக்கு வந்துவிடும். அவர்களிடம் இருந்து அவள் பிரிந்து செல்ல விரும்பினால், கணவனின் சொத்தில் ஒரு மிகச் சிறு பகுதி அவளது உணவு, உடைத் தேவைகளுக்கு மட்டும் அளிக்கப்படும். இதற்கு 'அறுப்புச் சுகம்' (கட்டிக்கொண்ட தாலியை அறுத்துக்கொண்டதால் பெற்ற உரிமை) என்று பெயர். இந்த வழக்கம் கிறித்துவ மதத்திற்கு மாறிய பின்புகூட சில சாதியாரிடம் இருந்தது என்பது ஆனந்தரங்கம்பிள்ளையின் நாட்குறிப்பு தரும் சாட்சியாகும்.

கி.பி. 1746ஆம் ஆண்டு பிப்ரவரி மாதம் 12ஆம் தேதி தண்டிகைக் கனகராய முதலியார் என்ற ரோமன் கத்தோலிக்கக் கிறித்துவர், பெருஞ்செல்வத்தையும் தன் மனைவியையும் விதவையான

மருமகளையும் விட்டுவிட்டு, இறந்துபோனார். பிரெஞ்சுத் துரைத்தனத்தில் மிகுந்த செல்வம் சேர்த்தவர் இவர். கனகராய முதலியாரின் தம்பி சின்ன முதலி என்ற லாசரு முதலியார் தன்னுடைய அண்ணனின் சொத்து முழுவதும் வேறு வாரிசு இல்லாததால் தனக்கே சேர வேண்டும் என்றும், கனகராயர் முதலியாரின் மனைவி நட்சத்திரம் அம்மாளுக்கும் (குழந்தை இல்லாத) விதவையான மருமகள் சந்திரமுத்து அம்மாளுக்கும் 'கைம்பெண் கூறு' ஆகச் சிறிது பணம் மட்டுமே கொடுக்க வேண்டும் என்றும் புதுச்சேரி ஆளுநர் துய்மா துரையிடம் வாதிடுகின்றார். ஆளுநரோ, ஆனந்தரங்கம்பிள்ளை உட்பட இருபது பேர் கொண்ட 'மாநாட்டாரிடம்' வழக்கைத் தீர்க்கச் சொல்லி ஒப்படைக்கிறார். இந்த மாநாட்டார், லாசரு முதலியின் வாதத்தை ஏற்றுக்கொண்டு மாமியாரும் மருமகளுமான இரண்டு விதவைகளுக்கும், 'அன்ன வஸ்திரங்களுத் தாவுயில்லாமல் (சாகின்றவரை உணவுக்கும் உடைக்கும் தட்டுப்பாடு இல்லாமல்) நாலாயிரத்து இருநூறு வராகன் கொடுத்து ஒதுக்கிவிட்டனர். இந்தத் தொகையிலும் விதவை மாமியாருக்கு மூன்றில் இரண்டு பங்கும் விதவை மருமகளுக்கு மூன்றில் ஒரு பங்கும் என்று கணக்குத் தீர்க்கின்றனர். 200 ஆண்டுகளுக்கு முன்புவரை விதவையின் சொத்துரிமை இவ்வாறுதான் இந்தியா முழுவதிலும் இருந்தது.

கடந்த இருபது ஆண்டுகளில் இறந்துபோன அரசு ஊழியரின் விதவை மனைவிக்கான ஓய்வூதியத் திட்டம் நாடு முழுவதும் பல்லாயிரக்கணக்கானோர் உயிரையும் மானத்தையும் காப்பாற்றி இருக்கிறது. ஆனாலும்கூட, விதவைத் துயரத்துக்கு மாற்றாக இன்னமும்கூட சில வடமாநிலங்கள் 'ரூப்கன்வர்' போல 'சதி மாதாக்களை' உருவாக்கிக் கொண்டிருப்பது துயரமான செய்தியாகும்.

ஒப்பீட்டளவில் வட மாநிலங்களில் பெரியாரோ அம்பேத்கரோ உருவாகித் தம் கருத்துகளை எளிய மனிதர்களிடம் சேர்ப்பிக்கவில்லை என்பது கசப்பான, ஆனால், உண்மையான வரலாற்று நிகழ்வாகும்.

○

சைமன் காசிச் செட்டி

இருபதாம் நூற்றாண்டில் உருவான தமிழ் அறிவுலக ஆக்கத்தில் தமிழகத்து அறிஞர்களைப் போல ஈழத்தவர்களுக்கும் ஒரு பங்குண்டு. இந்த அறிவுலகத்தின் வேர்கள் 19ஆம் நூற்றாண்டிற்குள்ளும் ஊடுருவிக் கிடக்கின்றன. சி.வை. தாமோதரனார், கனகசபைப்பிள்ளை, ஆறுமுக நாவலர் ஆகியோரைத் தமிழ் வரலாறு தெரிந்தவர்கள் அடிக்கடி நினைவுகூர்வார்கள். தமிழக, ஈழ அறிவுலக ஊடாட்டம் இருபதாம் நூற்றாண்டின் முதல் கால்பகுதிவரை வலிமையாகத் தொடர்ந்தது. மதுரை தமிழ்ச் சங்கத்தை நிறுவிய பொன். பாண்டித் துரைத் தேவரும் அவர் தொடங்கிய செந்தமிழ் இதழும் நெடுங்காலம் அதன் ஆசிரியராகப் பணியாற்றிய மு. இராகவையங்காரும் இதற்குக் காரணமாவார்கள்.

தமிழகம் ஈழம் என்ற நிலவேறுபாடு கருதாமல் யாழ்ப்பாணத்துக் கனகசபைப்பிள்ளை, சுன்னாகம் குமாரசாமிப் பிள்ளை, யாழ்ப்பாணம் முத்துத் தம்பியாபிள்ளை, சி. கணேசையர், சதாசிவ ஐயர் என ஈழத்துத் தமிழ் அறிஞர்கள் அனைவரும் செந்தமிழ் இதழைத் தமிழ் ஆராய்ச்சிக்குப் பயன்படுத்தியுள்ளனர். (இக்காலப் பகுதிக்குப் பின்னர் மீண்டும் 1960களின் பிற்பகுதியில்தான் ஈழத்துத் தமிழாய்வு முயற்சிகள் தமிழ்நாட்டுக்குக் கிட்டின என்பதையும் நினைவில் கொள்ள வேண்டும்.)

மனோன்மணியம் சுந்தரனார் பல்கலைக்கழகத் தமிழியல் துறை 2001இல் 'இரேனியஸ்: தமிழியல் முன்னோடி' என்ற நூலை வெளியிட்டது. நெல்லை மாவட்டம் பாளையங்கோட்டையில் 19 ஆண்டுகாலம் வாழ்ந்த இரேனியஸ் (C.T.E. Rhenius) 1832இல் 'பூமி சாஸ்திரம்' என்ற முதல் அறிவியல் தமிழ்நூலை எழுதி வெளியிட்டார். ஆஸ்திரேலியக் கண்டம் கண்டுபிடிக்கப்படாத காலம் அது. மின்சாரமும் நெடுஞ்சாலையும் போக்குவரத்துச் சாதனமும் அக்

காலத்தில் தமிழகத்தில் அறிமுகமாகவில்லை. போக்குவரத்திற்குக் குதிரைகளும் குதிரை வண்டிகளும், அஞ்சல் போக்குவரத்திற்குப் பங்காவண்டிகளும் காடா விளக்குகளும் கைவிளக்குகளும் தாம் அக்காலத்தில் அறிமுகமாகியிருந்தன. அறிவியல் கண்டுபிடிப்பு களாகத் தாளும் மையும் அச்சு எந்திரங்களும் மட்டுமே அக்காலத்தில் இருந்தன. இந்தப் பின்னணியில் நினைத்துப் பார்க்கும்போது அக்காலத்து அறிவு முயற்சியாளர்களுடைய உழைப்பு வியப்போடு கூடிய மரியாதைக்குரியதாகும்.

இரேனியஸ் அடிகளின் சமகாலத்தில் வாழ்ந்து, எழுதி, தமிழர் களால் பெரும்பாலும் மறக்கப்பட்ட இன்னுமொரு முன்னோடியின் பெயர், சைமன் காசிச் செட்டி. தமிழியல் ஆய்வுகளில் ஒரு முன் னோடிக்கான பங்கினை இவரும் ஆற்றியிருப்பதை நினைத்து வியப் படையாமல் இருக்க முடியாது. செட்டியாரின் 'The Castes Customs Manners and Literature of the Tamils' என்னும் நூல் அவர் மறைந்து (1861) நெடுங்காலத்திற்குப் பிறகு 1934இல் அவரது பேர்த்தியின் முயற்சியால் வெளியிடப் பட்டுள்ளது. மீண்டும் 1988இல் ஆசிய கல்விச் சேவை (AES) பதிப்பகம் இந்நூலை வெளியிட்டுள்ளது. செட்டியார் தம் சமகாலத்தில் வெளிவந்த Man in India என்ற ஆங்கில இதழில் தம் கட்டுரைகளை எழுதியுள்ளார் என்பதும் தெரிய வருகிறது.

தமிழியல் ஆய்வுகளில் இரேனியஸ் அடிகளைத் தொடக்கப் புள்ளி எனக் கொண்டால் செட்டியாரை அவரைத் தொட்டடுத்த துணைப்புள்ளியாகக் கொள்ள முடியும். ஏனென்றால், பின்வந்த ஒரு நூற்றாண்டுக்கால வளர்ச்சிக்கான குறுவித்துக்களைச் செட்டியார் தன் எழுத்துக்களில் தூவியுள்ளார். ஹென்றி பவரின் 'வேத அகராதி' (தமிழ்), பேராயர் கால்டுவெல்லின் 'திருநெல்வேலி வரலாறு' (ஆங்கிலம்), 'திருநெல்வேலி சாணார்கள்' (ஆங்கிலம்), கனக சபைப் பிள்ளையின் '1800 ஆண்டுகளுக்கு முற்பட்ட தமிழர்' ஆகியன எல்லாம் செட்டியாரின் எழுத்துக்களுக்குக் கடன் பட்டிருக்கின்றன.

தொல்காப்பியரும் சங்க இலக்கியமும் அறியப்படாத காலத்தில் தமிழர் சாதி அமைப்பு குறித்தும் தமிழ்ப் பெண்களின் அணிகலன்கள் குறித்தும் அவர் திரட்டியுள்ள தரவுகள் மிக நுட்பமானவை. நிகண்டு நூல்கள் மட்டுமே அக்காலத்தில் அவருக்குக் கிடைத்த சமூக வரலாற்று ஆவணங்களாகும். இவற்றில் காணப்படாத, கள ஆய்வில் மட்டுமே கிடைத்திருக்கக் கூடியவை அவரது நூலில் நிறையவே காணக்கிடைக்கின்றன.

தமிழ்ச் சாதிகள் குறித்து செட்டியாருக்குப் பின்வந்த எழுத்துக் களில் செர்ரிங் அடிகளார், எட்கர் தர்ஸ்டன் ஆகியோருடைய பதிவுகள் கணிசமானவை. இவர்களுக்குக் கிடைத்த தரவுகள்

நிறுவனப் பின்புலத்தின் வழியாகப் பெற்றவை. செட்டியார் கள ஆய்வின் வழியேதான் இத்தரவுகளைத் திரட்டியிருக்க இயலும். கடந்த இரண்டு நூற்றாண்டுக் காலத்தில் வெகுசன ஓட்டத்தில் கரைந்துபோன சாதிகளைப் பற்றிய குறிப்புகள் இவரது நூலில் காணக்கிடைக்கின்றன. எடுத்துக்காட்டாக, கல்கட்டு இடையர் (Kalkat Ideiyar) பற்றி இப்போது அறிய இயலவில்லை; அஞ்சாலி இடையர் (Anjali Ideiyar), தாலியால் பெற்ற பெயர்; குறுக்கை வெள்ளாளர் என்பது நடுநாட்டில் திருநாவுக்கரசர் பிறந்த சாதிப் பெயர்; நீலவண்ணார் – ஆடைகளுக்கு நீலச்சாயம் இடுபவர்; சாய வண்ணார் – துணிகளுக்குச் சிவப்புச்சாயம் இடுபவர்; இவர்களோடு பிற்கால ஆய்வாளர்கள் குறிப்பிடும் 'பொதரவண்ணார்' சாதியையும் எடுத்துக்காட்டுகிறார். பொதரவண்ணார் (என்ற புறத்து வண்ணார்) நெல்லை மாவட்டத்தில் மட்டும் இன்னும் வாழக்கூடியவர்கள். 'தாழ்நிலைச்' சாதிகளுக்குத் துணி நெய்து தருபவராக 'கோடியர்' என்னும் பிரிவினரைக் குறிப்பிடுகிறார்.

தமிழ்நாட்டுச் சாதிகளைப் பற்றிய தரவுகளே இவரது நூலில் பெரும்பாலும் காணப்படுகின்றன. 1834இல் அவற்றை இவர் எங்கிருந்து பெற்றார் என்பது தெரியவில்லை. செட்டியாரின் நூலில் மிக நுட்பமான பதிவொன்றினை நான் கள ஆய்வில் கண்டு வியந் திருக்கிறேன். கோயில்களில் சிற்பங்களுக்கு வண்ணம் தீட்டும் தொழிலையுடைய ஒரு சாதியார் தமிழ்நாட்டில் இருந்துள்ளனர். பெரும்பாலும் கரைந்துபோன இச்சாதியாரை 'மொச்சியர் – வண்ணம் தீட்டுபவர்' என்கிறார் இவர். நெல்லை மாவட்டத்தின் ஒன்றிரண்டு ஊர்களில் ஒன்றிரண்டு குடும்பங்களாக வாழும், எண்ணிக்கை சிறுத்த, இச்சாதியாரின் பெயர் 'நொச்சியர்' என்பதாகும். வண்ணம் தீட்டும் தொழிலாளியாக இருந்த இவர்கள் தற்போது வெள்ளை யடிக்கும் தொழிலை மேற்கொண்டு வாழ்கின்றனர். இவர்களில் சிலர் கருவி இசைப்பயிற்சி (கிளாரினெட், நாதசுரம்) உடையவர் களாகவும் வாழ்கின்றனர்.

கடற்சிப்பி சுட்டுச் சுண்ணாம்பு ஆக்கும் தொழிலையுடையவர் இப்போது 'சுண்ணாம்புப் பறையர்' எனப்படுகின்றனர். இவர்களே இலக்கியங்கள் குறிப்பிடும் 'கடையர்' என அடையாளப்படுத்துகின்றனர். செட்டியாரின் சாதித்திரள் பதிவுகளில் இரண்டு மிகவும் குறிப்பிட்டுச் சொல்லத் தகுந்தவை.

சங்க இலக்கியத்தில் பேசப்படும் பாணர் சாதியார் நெல்லை மாவட்டத்தில் கணிசமாக வாழ்கின்றனர். பறை செய்யும் இசைக்கார ரான இச்சாதியினர் மோட்டார் தொழிலின் வருகையினையொட்டிப் பேருந்துகளில் தோலால் ஆன இருக்கைகள் தைக்கும் தொழிலுக்கு ஈர்த்து வரப்பட்டனர். பின்னர் தையல் தொழிலுக்கு மாறினர். துன்னூசி, கொழுத்துன்னூசி என்ற தொடர்கள் இலக்கியங்களில்

தோற்கருவிகள் தைப்பவரின் கருவியினைக் குறிப்பிடுகின்றன. 'துன்னர்' என்னும் சாதியினரைத் 'தோல் தைப்பவர்' எனக் குறிக்கின்றார், செட்டியார். தமிழ்நாட்டில் அல்லது ஈழத்தின் பகுதிகளில் இவர்கள் இப்பெயரோடு வாழ்ந்திருக்க வேண்டும். இவர்கள் தொல்தமிழ் மரபினரான பாணர்களின் கால்வழியினராக இருக்க வேண்டும்.

செட்டியார் 'உவலையார்' என்றொரு சாதியாரைக் குறிப்பிட்டு அவர்கள் நிலத்தடிநீரைக் கண்டுபிடிப்பவர்கள் (நீரோட்டம் பார்ப்பவர்கள்) என்று விளக்குகிறார். வறண்ட காடுகளில் அமைந்த கிணறுகளை 'உவலைக்கூவல்' என்று சங்க இலக்கியம் குறிப்பிடுகிறது. 'கோவலர், ஊறாது இட்ட உவலைக்கூவல்' என்ற அகநானூறு (21) நீரற்றுப் போனதால் இடையர் பயன்படுத்தாமல் விட்ட ஒரு கிணற்றினைப் பேசுகின்றது. 'தலைவன் நாட்டில் மான் குடித்தபின் எஞ்சிய கலங்கிய உவலைக் கூவல் நீர் இனிமையானது' என்று ஐங்குறுநூற்றில் (203) ஒரு தலைவி பேசுகின்றாள். கூவல் என்பது சிறிய தோண்டுகிணறு (அடிகிணறு அன்று) ஆகும். தமிழநாட்டில் மரபுவழியாகக் கிணறுதோண்டும் பணியினைச் செய்தவர் யார் என்பது இதுவரை விடையில்லாத கேள்வியாகும். ஏனென்றால், இருபதாம் நூற்றாண்டுவரை கிணறு தோண்டும் வேலை செய்வோர் ஒட்டர்களாகவும் (ஒரிய நாட்டிலிருந்து வந்தோர்), போயர்களாகவுமே (கன்னடம் பேசும் சாதியார்) இருந்தனர். செட்டியாரின் இந்தப் பதிவு தமிழ்ப்பண்பாட்டு வேர்களில் ஒன்றை இனங்காட்டியிருக்கிறது.

இவையன்றி ஈழத்துக்கேயுரிய கோவியர், நளவர், திமிலர், கரையார் ஆகிய மக்களையும் அவர் குறிப்பிடுகிறார். தமிழ்நாட்டு மகளிரின் அணிகலன்களை இவரே (இளங்கோவடிகளுக்குப் பின்னர்) முதலில் பட்டியலிடுகின்றார். பின்னர் 1950களின் நடுப்பகுதியில் 'தமிழ்நாட்டு அணிகலன்கள்' என்னும் 'நுண் கலைச்செல்வர்' அ. இராகவனின் புகழ்பெற்ற நூல்வெளி வந்தது குறிப்பிடத் தகுந்ததாகும்.

தமிழ் ஆய்வுகளில் 'இனவரைவியல்', 'பண்பாட்டு மானிடவியல்' முயற்சிகள் இப்போதுதான் அரும்பி வளர்கின்றன. இத்துறையின் வளர்ச்சிக்கு 150 ஆண்டுகளுக்கு முன் வித்திட்ட முன்னோடி என்ற பெயரைச் சைமன் காசிச் செட்டி பெற்றுக்கொள்கின்றார்.

இந்தக் காலப்பழமை காரணமாகவே தேசவழமைச் சட்டம், தேநீர்க்கடை போன்ற ஈழத்துச் சமகால உறுத்தல்களோ, தலித் இலக்கியக் கலகக்குரல்களோ அவரது நூலில் இடம்பெறாமல் போய்விட்டன என்பதையும் மனங்கொள்ள வேண்டும்.

தமிழ்நாட்டுக் கோசாம்பி

சற்றே குள்ளமான உருவம்; சிவந்த நிறம்; வாசிப்பின் வீச்சினைக் காட்டும் அகலமான பரந்த நெற்றி; தடித்த மூக்குக் கண்ணாடி; முழங்கைச் சட்டை; வேட்டியின் நுனியை ஒரு கையில் பிடித்தவாறு பாளையங்கோட்டை தெற்குக் கடைத்தெருவில் நடந்து செல்லும் அவரை 'வானமாமலை வாத்தியார்' என்றுதான் ஊர் மக்களுக்குத் தெரியுமே தவிர, 'தமிழ்நாட்டுக் கோசாம்பி' என்று தெரியாது. அவர் மறைந்த பிறகு யாழ்ப்பாணம் பல்கலைக்கழகம் அவருக்கு டாக்டர் பட்டம் வழங்கியதும் தெரியாது.

அவர் எந்தக் கல்லூரியிலும் பணியாற்றியதில்லை. ஆனாலும் இன்றைய தமிழ் ஆய்வுலகத்திற்கு அவர் பேராசிரியர் நா.வான மாமலைதான். நெல்லை மாவட்டம் நாங்குநேரியில் பழுத்த வைணவக் குடும்பத்தில் பிறந்தவர். நாற்பதுகளில் கம்யூனிஸ்ட் கட்சிக்குள் ஈர்க்கப்பட்ட தோழர்கள் ஆர். நல்ல கண்ணு, ஏ. நல்லசிவம், பாலவிநாயகம், பின்னாளில் புகழ்பெற்ற வழக்கறிஞரான நாங்குநேரி என்.டி. வானமாமலை, பாளை என். சண்முகம், ஆர்.எஸ். ஜேக்கப் ஆகியோரோடு கட்சிப் பணியாற்ற முன்வந்த தோழர் அவர். சிறிது காலம் பள்ளி ஆசிரியராகப் பணியாற்றிவிட்டு, பின்னர் கட்சியின் நெருக்கடியான காலத்தில் பள்ளிப்பணியை உதறிவிட்டு வந்தவர். தான் பிறந்த நாங்குநேரி வட்டத்தில் ஜீயர் மடத்திற்கு எதிராகத் தோழர் நல்லகண்ணு விவசாயிகளைத் திரட்டிப் போராடியபோது அவருக்குப் பின்னிருந்து உதவியவர். பொதுவுடைமைக் கட்சிக்கான சிறு வெளியீடுகளைத் தமிழாக்கித் தந்தவர். ஒருமுறை பாளை நகராட்சி உறுப்பினராகப் பணியாற்றிய அனுபவமும் அவருக்கு உண்டு; சிறை வாழ்க்கையும் அவருக்கு வாய்த்திருந்தது.

ஐம்பதுகளின் கடைசிப் பகுதிகளின்போது கல்வியுலகமும் தமிழ் ஆராய்ச்சி உலகமும் அவருக்கு ஆர்வமாக இருந்தன.

பெரியாரிடமிருந்து பிரிந்துவந்து பொதுவுடைமைக்காரரான சாத்தான்குளம் அ. ராகவன் நட்பும் அதற்கு ஒரு காரணமாகும். ஒரு காலத்தில் தமிழ் மரபுவழியாமை, சித்தர் பாடல்களை ஏற்றுக் கொள்ளாதது போலவே எழுத்தறியா மக்களின் பாடல்களையும், கதைப்பாடல்களையும், பழமொழிகளையும் ஏற்றுக்கொள்ள மறுத்தது. 1957இல் பேராசிரியர் நா.வா. 'தமிழ்நாட்டுப் பாமரர் பாடல்கள்' என்ற பெயரில் ஒரு சிறிய தொகுப்பினை ஆயவிற்கான குறிப்புடன் வெளியிட்டார். அதுவரை அவற்றைத் தமிழ் ஆயவுலகம் அருங் காட்சியகப் பொருளாகவே ஒதுக்கி வைத்திருந்தது

பேரா. நா.வா. அவை உயிருள்ள 'புழங்குபொருள்' என்பதனை மெய்ப்பித்தார். இன்றைக்கு வேரும் விழுதுமாகக் கிளைவிட்டு நிற்கின்ற நாட்டார் வழக்காற்றியல் ஆய்வுப் புலங்களுக்கு அவரே வித்தூன்றியவர்.

அறுபதுகளின் இறுதிப் பகுதியில் மதுரைப் பல்கலைக்கழகம் கட்டபொம்மன் கதை, கான்சாகிபு சண்டை, காத்தவராயன் கதை ஆகிய கதைப்பாடல்களை அச்சிட்டு வெளியிட்டபோது தமிழ்ப் பண்டிதம் நெற்றி சுருக்கியது. ஆனால் ஆய்வுலகம் வரவேற்றது. அக்கதைப் பாடல்களின் பதிப்பாசிரியர் பேரா. நா.வா. அப்பணியை அவரிடம் ஒப்படைத்தவர் பேரா.தெ.பொ.மீ.

ஐம்பதுகளிலும் அறுபதுகளிலும் பொதுவுடைமைச் சித்தாந் தத்தை முறையாகப் பயின்ற தமிழ்நாட்டு இளைஞர்களில் பெரும் பாலானோர் பேரா நா.வா. எடுத்த வகுப்புகளுக்குக் கடன்பட்ட வராவார். 1971இல் தமிழ்வழிக் கல்விக்கெதிரான குரல்கள் எழுந்த போது அதனை எதிர்த்துப் பொதுக்கூட்டங்கள் நடத்தினார். 'தமிழால் முடியும்' என்ற நூலையும் எழுதினார்,

பேராசிரியர் நா.வா. கல்வியாளர் மட்டுமல்லர், எதிர்கால உணர்வுடன் கூடிய மிகச் சிறந்த ஆய்வாளரும் ஆவார். மணி மேகலை கூறும் பரபக்க லோகாயதம் குறித்தும் அவரால் எழுத முடியும், பரிபாடலின் முருக ஸ்கந்த இணைப்புப் பற்றியும் அவரால் பேசமுடியும். அறுபதுகளின் கடைசிப் பகுதியில் அவர் 'நெல்லை ஆய்வுக்குழு' என்னும் அமைப்பினை நிறுவி ஆராய்ச்சி என்ற இதழினையும் தொடங்கினார்.

அவர் வாழ்ந்த காலம்வரை 24 முறை 'ஆராய்ச்சி' காலாண்டு இதழாக வெளியாயிற்று. சோவியத் நாட்டு வித்தாலி ஃபுர்னீக்காவுடன் தமிழ்நாட்டின் அ. ராகவன், முகு. ஜெகந்நாதராஜா, ஈழத்துப் பேராசிரியர் கா. சிவத்தம்பி, ஆ. சிவசுப்பிரமணியன், க. சுப்பிர மணியன், மே.து. ராசுகுமார் எனத் தமிழ் ஆய்வுலகத்தின் எல்லை களை விரித்துக்காட்டிய பெருமை ஆராய்ச்சி இதழுக்கு மட்டுமே

உண்டு. எளிய தமிழில் அறிவியல் கட்டுரைகள் பல எழுதிய பேராசிரியர், ரொமிலா தாப்பரின் நூலொன்றினை, 'வரலாறும் வக்கிரங்களும்' என்ற பெயரில் தமிழில் மொழிபெயர்த்தார். 'தமிழ் உரைநடை வளர்ச்சி' என்ற அவரது நூலும் காலத்தின் தேவையாகும்.

'தமிழர் பண்பாடும் தத்துவமும்,' 'விடுகதைகளும் பழமொழிகளும்' ஆகிய அவரது நூல்கள் தமிழ் ஆய்வுலகத்திற்குப் புதிய பரிமாணங் களைத் தந்தன. கர்நாடகத்தின் தார்வார் பல்கலைக்கழகம் அவரைக் கௌரவப் பேராசிரியராக நியமித்தது. தமிழில் எழுந்த நாட்டார் படைப்புகளை ஆய்வு செய்ய வைத்தது. ஆராய்ச்சி இதழில் ஒவ்வொரு கட்டுரைக்கும் அவர் எழுதிய முதற்குறிப்பு ஆய்வாளர் களுக்குப் புதிய வெளிச்சம் காட்டின.

'குகனொடும் ஐவரானோம்' என்பது போல அவரது ஆய்வு நட்புலகம், ரொமிலா தாப்பர் முதல் மயிலை சீனி வேங்கட சாமிவரை விரிந்தது. எழுத்தாளர் கி.ரா முதல் சிட்டி வரை அதில் அடக்கம். 'தம்மின் தம்மக்கள்' என்ற திருக்குறள் அறிவுலக நாகரிகத்தின் அடையாளம் ஆகும். அந்த நயத்தக்க நாகரிகம் அவருக்கு வாய்த் திருந்தது என்பதற்கு அவர் உருவாக்கிய நெல்லை ஆய்வு வட்டத்தி லிருந்து வெளிவந்த பேராசிரியர்களே சான்றாவர்.

தே. லூர்து, எஸ். தோதாத்ரி, ஆ. சிவசுப்பிரமணியன், ந.முத்து மோகன், பொன்னீலன், சி. சொக்கலிங்கம், செந்தீ நடராசன், மே.து. ராசுகுமார், நா. இராமச்சந்திரன், வெ. கிருஷ்ணமூர்த்தி ஆகிய ஆய்வாளர்களின் ஆக்கத்தில் அவருக்குப் பங்குண்டு.

1980இல் போபாலில், மகள் வீட்டிற்குச் சென்றிருந்த பேராசிரியர் அங்கே காலமானார். பேராசிரியரின் ஆய்வுத் தொண்டினைத் தமிழர்கள் மறந்துவிட்டதில் வியப்பேதும் இல்லை. ஒருவேளை மீண்டும் மறப்பதற்காக நூற்றாண்டு விழா நேரத்தில் நினைப்பார்களோ, என்னவோ!

நம்பமுடியாத புலமையாளர்

தமிழ்நாட்டில் அறியப்பட்டவர்களைப் போல் அறியப்படாத பெரிய அறிஞர்களின் பட்டியல் ஒன்றும் இருக்கிறது. அதற்கு ஒரு நல்ல எடுத்துக்காட்டு சி.சு. மணி.

தொல்காப்பியம் உயிர்ஈற்றுப் புணரியலைப் பற்றிப் பேச வேண்டுமா? சங்க இலக்கியத்தின் பிசிராந்தையார் நட்பினைப் பற்றிப் பேசவேண்டுமா? பரிமேலழகர் உரைச் சிறப்பு என்ன? தமிழிலக்கிய நெடும் பரப்பில் எங்கே எந்தக் கேள்வி கேட்டாலும் பதில் சொல்லக்கூடிய ஓர் அறிஞர் அவர்.

சி.சு. மணி அஞ்சல் துறையில் எழுத்தராக இருந்தார். ஆனால் அவர் நெல்லை மாவட்டத்தில் எல்லாப் பேராசிரியர்களுக்கும் பேராசிரியர். எந்தத் தமிழ், ஆங்கிலப் பேராசிரியருக்கும் மரபு வழி இலக்கியத்தில் ஐயம் ஏற்பட்டால் அவரிடத்திலே போய்த்தான் தெரிந்துகொள்வார்கள். அவரது வாசிப்பு அவ்வளவு விரிவானது; ஆழமானது; மிக நுணுக்கமானது.

கல்லூரியில் பி.ஏ. பொருளாதாரத்தில்தான் அவர் பட்டம் பெற்றிருந்தார். ஆனால் அவரிடம் இசை உட்பட, பல துறைப் புலமைகள் இருந்தன. அவர் தன்னைத் தானே கேலியாகச் சொல்லிக் கொள்கிற மாதிரி, புளிய மரத்தடியை விட்டு எங்கும் போகாமலேயே எல்லா ஞானத்தையும் பெற்றுக்கொண்ட நம்மாழ்வாராக அவர் விளங்கினார்.

யார் எப்போது என்ன வந்து கேட்டாலும் இல்லையென்று சொல்லாமல் கொடுக்கக் கூடிய ஒரு செல்வனைப்போல அவருடைய வீடு அறிவைத் தேடி வருபவர்களுக்குத் திறந்தே கிடந்தது. உடல்நலம் குன்றியிருந்த கடைசி நிமிடம்வரை அது அப்படியேதான் இருந்தது.

உணர விரித்துரைத்தல் என்றால் அதுதான் நல்ல கல்வியின் பயன் என்று சொல்வார் வள்ளுவர். கற்றவன் அதை அடுத்தவர் உணருமாறு விரித்துச் சொல்ல வேண்டும். அப்படிச் சொல்கிற ஆற்றல் பேராசிரியர்களைவிட அவருக்கு நிறைய இருந்தது. அவர் எல்லோருக்கும் ஆசிரியராக மட்டுமன்றிக் கடைசி நிமிடம்வரை மாணவனாகவும் இருந்தார். என்ன புதிய புத்தகம் வந்திருக்கிறது என்று கேட்பார். 69ஆம் வயதில் 2003ஆம் ஆண்டு வெளிவந்த 'புனைகளம்' மூன்றாவது இதழ் ஏன் வரவில்லை என்று ஒரு மாதத்திற்கு முன்னால் கேட்டார்.

அவருடைய மரபு சைவ மரபு. அவருடைய தாயார் குமரகுரு பரருடைய தம்பியின் வழியில் வந்தவர். எனவே அவருக்குச் சைவ மரபுப் பின்புலம் இருந்தது. ஆனால் மத அடியாரைப் போல அவர் ஒருபோதும் நடந்துகொள்ளமாட்டார். தேவாரத்தை அவ்வளவு நுணுக்கமாகச் சொல்லுவார் 'சடையாய் எனுமால் சரண் நீ எனுமால்' என்ற சம்பந்தர் தேவாரத்திற்குச் சைவர்கள் சொல்கிற கதையை ஒப்புக்கொள்ள மாட்டார். இது அகப்பொருள் பாசுரம் என்பார். சிவஞான முனிவர் சொல்லுகிற 'சத்சூத்திரர்' என்ற கருத்தை அவர் ஒப்புக்கொள்ளமாட்டார். சைவ சித்தாந்தம் ரௌரவ ஆகமத்தினுடைய மொழிபெயர்ப்பு என்று சொல்லக்கூடிய கருத்தையும் அவர் ஒப்புக்கொள்ளமாட்டார். பதினான்கு சாத்திரங் களுக்கும் உரை எழுதி ஒரு பல்கலைக்கழகம் செய்யவேண்டிய பெரும் பணியாகிய 'சிவஞான மாபாடிய'த்துக்கு ஆயிரம் பக்கங் களில் எளிய உரையை வரைந்திருந்தாலும் சிவதீட்சை பெற்றுக் கொள்ளவில்லை. ஆனால் நல்ல சைவராக வாழ்ந்தார். சைவ நெறி என்பது ஒரு வாழ்நெறி என்று அடிக்கடி சொல்வார்.

அவருடைய எழுத்துப்பணி மிக விரிவானது. பதினான்கு சாத்திரங்களுக்கும் உரை எழுதியிருக்கிறார். சிவஞான மாபாடியத்துக்கு உரை எழுதுவது அவ்வளவு எளிதான காரியமன்று; அதிலுள்ள கடுமையான இலக்கணப் பகுதிகளெல்லாம் யாவரையும் மலைக்க வைக்கும். அது அவருடைய மிகப் பெரிய பங்களிப்பு. ஐம்பது அல்லது அறுபது ஆண்டுகாலமாக யாருமே படிக்காதிருந்த சிவஞான மாபாடியத்தை இன்னுமொரு நூற்றாண்டுக் காலத்திற்கு ஒரு கல்லூரி மாணவன் தைரியமாகத் தொட்டுப் பார்க்கலாம்; அந்த அளவுக்கு உரை எளிமையானதாகும்.

சைவம் மட்டுமல்ல, வைணவ நூல்களையும் படிப்பார். ஆச்சார்ய ஹிருதயமும், மும்மூச்சுப்படியும் ஸ்ரீவைஷ்ணவ பூஷணமும் அவருடைய நாவிலே சாதாரணமாக வந்து விழும், 'செந்நிறத்த தமிழோசை என்றதனாலே அகஸ்தியமும் அனாதி என்று சொன்னா ரல்லவா' என்று அவர் மேற்கோள் காட்டுகிற போது நமக்குத்

தலைசுற்றும். ஒரு திருநீறணிந்த சைவர் இவ்வளவு சாதாரணமாக மேற்கோள் காட்டுகிறாரேயென்று!

பைபிளிலே ஜேம்ஸ் எடிசன்னிலிருந்து பதின்மூன்று பதிப்புகள் அவரிடத்திலே இருந்தன. இமாம் கஸாலி பற்றிய நூல்களையெல்லாம் அவர் வைத்திருந்தார். முஸ்லிம்களிடம் இமாம் கஸாலியரைப் பற்றி அவரால் பேச முடியும். கூடுதலாகச் சில விசயங்களைச் சொல்லவும் முடியும். அவர் கடைசியாக என்னிடத்திலே வாங்கிப் படித்த புத்தகம், சமண ஷியாத்வாதம் பற்றியது.

அவரது நினைவாற்றல் கணிப்பொறியை நினைவுபடுத்துவதாக இருந்தது. மனப்பாடமாகச் சொல்லி நடத்துவார். வீட்டு மாடியில் ஒரு காலத்தில் எல்லோருக்கும் உணவளிக்கும் அளவுக்கு அவருக்குப் பொருள் வசதி இருந்தது; செய்தார். எல்லோரும் வந்து உட்கார்ந்திருப்போம். கேட்பவர்கள் பெறுவான் தவம் என்பது மாதிரி வந்து உட்காருவார்கள். சொல்லிக்கொண்டிருப்பார்; எல்லோரும் கேட்டுக்கொண்டே இருப்போம். எல்லாப் பக்கமும் சுற்றிச்சுற்றி வருவார்.

மூல இலக்கியங்களை மட்டுமல்லாமல் உரைகளையும் நுணுக்கமாகப் படித்திருந்தார். சிலப்பதிகார உரையில் இவருக்கு இருந்த பயிற்சி, பண்ணாராய்ச்சி வித்தகர் சுந்தரேசனார் போன்றவர்கள் மெச்சும்படி இருந்தது.

தவத்திரு குன்றக்குடி அடிகளார், பேரறிஞர் வானமாமலை, நுண்கலைச் செல்வர் சாத்தான்குளம் அ. ராகவன் போன்ற எல்லோரும் அவரை மதித்தார்கள். எல்லோரும் அவர் வீடு தேடிவந்து சென்றார்கள். குன்றக்குடி திருமடம் சேக்கிழார் விருதை ஏற்படுத்திய முதலாண்டிலேயே அதனை அவருக்கு வழங்கியது.

பத்துப் பதினைந்து ஆண்டுகளுக்கு முன்னால் வரைக்கும் அவருடைய குரல்வளம் மிக அருமையாக இருந்தது. செவ்வியல் இசையையும் காவடிச் சிந்தையும் தேவாரத்தையும் பாடுவார். இத்தனைக்கும் ஓயாது புகைபிடிக்கிற வழக்கம் உடையவர்; இருந்தாலும் அவரது குரல் மணிக்குரலாக இருந்தது.

அவருடைய நடை, தோற்றம், எழுத்து, பேச்சு, காசுக்குத் தன்னுடைய புலமையை விற்காத வாழ்க்கை என எல்லாமே கம்பீரம் நிறைந்ததாக இருந்தது. அந்தக் கம்பீரத்தைக் கடைசிவரைக் காப்பாற்றினார். ஆக, ஒட்டு மொத்தத்தில் நான் என்னுடைய குருநாதரை இழந்துபோனேன். சைவ உலகம் மிகப் பெரிய சைவ சித்தாந்தியை இழந்துவிட்டது. தமிழ் இலக்கியம் பெரிய மரபிலக்கியப் பேரறிஞரை இழந்தது. எங்கள் நெல்லை மாவட்டம் ஒரு பல்துறை அறிஞரைப் பறிகொடுத்துவிட்டது.

தீராநதி, செப். 2003

திருக்குறள் அறிமுகவுரை

உலக, நாகரிகத்திற்குத் தமிழினத்தின் பங்களிப்புகள் பல; அவற்றுள் இரண்டைக் குறிப்பிட்டுச் சொல்லலாம். ஒன்று, தமிழிசை; மற்றொன்று திருக்குறள். தமிழில் மிகச் சில சொற்களாலான கவிதை வடிவம் குறள் வெண்பா ஆகும். மிக விரிந்த உலகச் சிந்தனைகளை மிகக் குறுகிய வடிவத்தில் தரமுடியும் என்பதை உலக இலக்கிய அரங்கில் முதலில் வள்ளுவரே செய்து காட்டினார் எனலாம். சின்னக் குழந்தையின் சிரிப்பு முதல் 'மெய்யுணர்தல்' வரை வள்ளுவர் மண்ணுக்கும் விண்ணுக்குமான சிந்தனைகளைத் தம் அளவிற் சிறிய நூலில் பொதிந்துவைத்துள்ளார்.

வள்ளுவரது காலம் பல்வேறு அறிஞர்களால் கி.மு. முதல் நூற்றாண்டில் இருந்து கி.பி. இரண்டாம் நூற்றாண்டுவரை அறுதியிடப்படுகிறது. இலக்கிய வரலாற்று நோக்கில் பார்ப்பதானால், சங்க இலக்கியங்கள் பெரும்பாலானவற்றுக்கு, திருக்குறள் காலத்தால் பிற்பட்டது; சிலப்பதிகாரத்துக்கு முற்பட்டது.

இளங்கோவும் கம்பனும் ஆக்கியளித்த பேரிலக்கியங்களில் 'தமிழ்' என்ற அடையாளத்துக்குள்ளேயே அவர்களது முகம் தெரியும். வள்ளுவத்தை மட்டும் 'உலகப்பொதுமறை' என்கிறோம். காரணம் என்ன? தமிழ்மொழியில் அமைந்தது என்பதைத் தவிர இனம், நாடு குறித்த வெளிப்படையான தன்னடையாளம் எதையும் வள்ளுவர் தம் நூலில் கூற முற்படவில்லை. தமிழ், தமிழ்நாடு, வஞ்சி, மதுரை, பாண்டியர், சோழர் ஆகிய அடையாளம் காட்டும் எந்தச் சொல்லும் திருக்குறளில் காணப்படவில்லை. வள்ளுவரின் சமகாலத்தில் ஏன், அவருக்குப் பின்னரும் கூட இந்தியத் துணைக்கண்டத்தில் இலக்கியங்களின் வழி அறம் பேச வந்தவர்கள் சாதி, சமயம், நிலப்பகுதி ஆகிய அடையாளங்களைத் தாண்டிச் செல்ல இயலவில்லை. வள்ளுவர் மனிதப் பொது அறம் பேசியவர்.

அவரது இயற்பெயர்கூட நம்மால் அறியப்பெறவில்லை. வள்ளுவர் என்பது ஒரு குடிப்பெயராகும். இன்பத்துப்பாலைக் கொண்டும் மக்கட்பேறு அதிகாரத்தைக் கொண்டும் அவர் மணமானவர், மழலை இன்பம் துய்த்தவர் என்பதை அறிய முடிகிறது.

'நேற்று வந்த பசி இன்றும் வந்துவிடுமோ', (குறள் எண். 1048) என்று அஞ்சுகிற இடத்திலும் 'நெருப்பிலே தூங்கலாம், பசியிலே தூங்க முடியாது' (குறள் 1049) என்று தன்னிரக்கம் காட்டும் இடத்திலும் வறுமையோடு போராடிய வள்ளுவரின் தனி வாழ்க்கை யினை நாம் உய்த்துணரலாம். இவையன்றி, திருக்குறளிலிருந்து அந்த மானுடப் பெருமலையின் எந்தப் பக்கத்தையும் நம்மால் அறிய முடியவில்லை.

இனி, வள்ளுவரின் காலத்தில் தமிழ்நாட்டில் செல்வாக்குப் பெற்றிருந்த அல்லது தமிழ்ச் சமூகத்தை இயக்கிக்கொண்டிருந்த கருத்தியல்களை நோக்கலாம். தமிழகத்தில் புகுந்த வைதீகப் பார்ப் பனர்கள் தமிழ்நாட்டு அரசு அதிகாரத்திற்கு அருகில் அமர்ந்துள்ளனர். "ஏற்ற பார்ப்பார்க்கு–ஈர்ங்கை நிறையப் பூவும் பொன்னும் புனல்படச் சொரிந்த" தமிழ் மன்னர்கள் இருந்திருக்கிறார்கள். மறுபுறமாக, வைதீகத்திற்கு எதிராகக் கிளர்ந்தெழுந்த சமண, பௌத்த மதங்கள் தமிழ்நாட்டில் தங்கள் செல்வாக்கைப் பரப்பத் தொடங்கியிருந்தன. வள்ளுவர் வைதீகத்திற்கு எதிராகக் குரலெழுப்பியவர். 'பிறப்பு வழி வேற்றுமையே' வைதீகக் கொள்கையின் உயிர்நாடி. இந்தக் கொள்கை அதிகாரத்திற்கு நெருக்கமாக இருந்தபொழுது 'பிறப்பொக்கும் எல்லாவுயிர்க்கும்' என்ற வள்ளுவரின் குரல் கலகக் குரல்தானே. அதுபோல 'அந்தணர்' என்ற சொல்லைப் பார்ப்பனர்கள் தமக்கு வழங்கிய காலத்தில், வள்ளுவர் அச்சொல்லுக்கு 'அந்தணர் என்போர் அறவோர்' என்ற எதிர்மறை வரைவிலக்கணம் தர முற்படுகின்றார்.

நமது நிகழ்கால நோக்கில் வள்ளுவத்திற்குப் 'போதாத காலம்' ஒன்று இருந்தது. 17, 18, 19ஆம் நூற்றாண்டுகளில் தென்னகத்திற்கு வந்த, மேல்நாட்டு அறிஞர்கள் திருக்குறளை உச்சிமோந்து தலைமேல் வைத்துக் கொண்டாடினார்கள். ஆனால 18ஆம் நூற்றாண்டில் வந்த காலனிய அரசு கல்கத்தாவில் மையம் கொண்டிருந்தது. எனவே உள்நாட்டு நீதிமுறைகளைத் தொகுத்த காலனி ஆட்சியாளர்க ளின் பார்வையில் திருக்குறள் படவில்லை. அதன் விளைவாக மனுதர்மத்தை அடிப்படையாகக் கொண்ட 'இந்துச் சட்டம்' இந்திய ஏழை மக்களின் தலையில் விடிந்தது. ஆனாலும்கூட திருக்குறளை ஐரோப்பிய மொழிகளில் பெயர்த்த நன்றிக்குரியவர்களின் பெயர்களை இங்கே நினைக்கலாம்.

ஜி.யு. போப் (G.U, Pope), கிண்டர்ஸ்லி (Kindersley), எல்லீஸ் (F.W. Ellis), ட்ரு (W.H.Drew), சார்லஸ் கி. கோவர் (C.E. Gover),

ராபின்சன் (EG. Robinson), லாசரஸ் (Rev.G. Lazarus), ஸ்காட் (T.M.Scoot), பாப்லி (H.A. Popley) ஆகியோர் ஆங்கிலத்திலும், பெஸ்கிப் பாதிரியார் (Father Beschi), டாக்டர் கிரௌல் (Dr. Graul) ஆகியோர் லத்தீன் மொழியிலும், ஏ.எப். காம்மர்ஸ் (A.F. (Commers), ப்ரீட்சிக் ரூகர்ட் (Friedrich Ruckert) ஆகிய இருவரும் ஜெர்மன் மொழியிலும், இ. ஏரியல் (E. Ariel), டிடூமாஸ் (P.G.De Dumast), எம். லெமரேஸ், லூயி ஜெகோலியா (Louis Jacollior), பொண்டேனோ (G.de. Barrigue de. Fontainieu), போன்றோர் பிரெஞ்சு மொழியிலும் திருக்குறளைப் பெயர்த்துள்ளனர். கி.பி. 1810இல் கிண்டர்ஸ்ஸி (Kindersley) திருக் குறளின் சில பகுதிகளை முதலில் அச்சு வாகனம் ஏற்றினார். அதே கால அளவில் 'எல்லீசன்' என்று தம்பெயரைத் தமிழில் எழுதியவரும், அன்றைய சென்னை மாநிலத் தலைமை நிதி அதிகாரியுமான எல்லீஸ் (F.W. Ellis) வள்ளுவதாசனாக வாழ்ந்திருக்கிறார். கி.பி. 1818இல் சென்னையில், உருவான குடிநீர்த் தட்டுப்பாட்டினைப் போக்க எல்லீஸ் வெட்டிய கிணறுகளில் ஒன்று சென்னை ராயப்பேட்டை பெரிய பாளையத்தம்மன் கோயிலில் இன்றும் உள்ளது. இக்கிணற்றின் கைப்பிடிச் சுவரில் பதிக்கப்பட்டுள்ள ஒரு கல்லில் எல்லீஸ் துரை 1818ஆம் ஆண்டில் வெட்டி வைத்த கல்வெட்டு இன்றளவும் நம் பார்வைக்கு உள்ளது. அதில்

சயங்கொண்ட தொண்டிய சாணுறு நாடெனும்
ஆழியி லிழைத்த வழகுறு மாமணி
குணகடன் முதலாக குடகட லளவு
நெடுநிலத்தாழ நிமிர்ந்திடு சென்னப்
பட்டணத் தெல்லீச னென்பவன் யானே
பண்டார காரியப் பாரஞ் சுமக்கையிற்
புலவர்கள் பெருமான் மயிலையம்பதியான்
தெய்வப் புலமைத் திருவள்ளுவனார்
திருக்குற டன்னிற் றிருவுளம் பற்றிய
இருபுனலும் வாயந்த மலையும் வருபுனலும்
வல்லரணும் நாட்டிற் குறுப்பு
என்பதின் பொருளை யென்னுள்ளாய்ந்து...

என்ற வரிகளில் ஓர் அழகிய குறளை மேற்கோளாகக் கையாண் டிருக்கிறார்.

மற்றொரு கல்வெட்டு திண்டுக்கல் நகரிலுள்ள எல்லீஸ் கல்லறை யின் மீது பொறிக்கப்பட்டுள்ளது. இதில் எல்லீசன் என்னும் இயற் பெயருடையோன்

திருவள்ளுவப் பெயர்த தெயவஞ் செப்பி
அருள் குறள் நூலுள் அறப் பாலினுக்குத்

தங்கு பல நூல்உ தாரணக் கடலைப் பெய்(து)
இங்கி லீசுதனில் இணங்க மொழி பெயர்த்தோன்

என்று குறிப்பிடப்பட்டுள்ளது. இக்கல்வெட்டுகளிலிருந்து எல்லீஸ் துரையின் ஆழ்ந்த தமிழ்ப்புலமையும் அவருக்குத் திருவள்ளுவர் மீதும் திருக்குறள் மீதும் இருந்த ஈடுபாடும் தெளிவாகத் தெரிகின்றன.

எல்லீஸ் மாநில நிதி அதிகாரியாகவும் அக்கசாலை (Mint)யின் தலைவராகவும் இருந்த காரணத்தால், திருவள்ளுவர் உருவம் பொறித்த (புழக்கத்தில் வராத) தங்க நாணயங்களை வெளியிட்டார் என்று தெரிகிறது. இந்நாணயங்களை அண்மைக்காலத்தில் நாணய வியல் அறிஞர்கள் ஐராவதம் மகாதேவன், அளக்குடி ஆறுமுக சீதாராமன் ஆகிய இருவரும் கண்டுபிடித்துள்ளனர்.

திருக்குறளின் பெருமையில் நாட்டமுடைய உரையாசிரியர்கள் பலர் இந்நூலுக்கு உரை எழுதியுள்ளனர். பன்னிரண்டாம் நூற்றாண்டுக்கு முன்னரே, பரிமேலழகர் உள்ளிட்ட பத்துப்பேர் குறளுக்கு உரை செய்துள்ளனர். இருபதாம் நூற்றாண்டில் சாதி, சமய எல்லை கடந்து ஐம்பதுக்கும் மேற்பட்டோர் உரை எழுதி யுள்ளனர். திருக்குறளுக்கு எழுந்த உரை நூல்களுள் குறிப்பிட்டுச் சொல்லத்தக்கவை சில. பரிமேலழகர், மு. வரதராசனார், தேவநேயப் பாவாணர் ஆகியவரோடு ஐரோப்பிய மொழிகளில் பெயர்த்த வீரமாமுனிவர் இந்நூலின் அறத்துப் பாலுக்கும் பொருட்பாலுக்கும் தமிழில் உரையெழுதியுள்ளார்.

திருக்குறளுக்கு இருபதாம் நூற்றாண்டில் ஒரு பெண்மணியும் உரை தந்துள்ளார் என்பது குறிப்பிடத்தக்க செய்தி. திருச்சி மாவட்டம் மருங்காபுரி ஜமீன்தாரினி கி.சு.வி. லட்சுமி அம்மணி என்பார் 1929இல் 'திருக்குறள் தீபாலங்காரம்' என்ற பெயரில் சாது அச்சுக்கூடப் பதிப்பாக ஓர் உரை நூலை வெளியிட்டுள்ளார்.

ஜார்க் உக்ளோ போப் என்ற ஜி.யு. போப் (1820–1908), தமிழர்கள் நன்றியுடன் நினைக்கக்கூடிய பெயர்களில் ஒன்று. திருக்குறளை முழுமையாக ஆங்கிலத்தில் முதலில் மொழிபெயர்த்தவர் இவரே. 1886இல் இவரது திருக்குறள் ஆங்கில மொழிபெயர்ப்பு வெளியானது. தமிழ் எழுத்து இலக்கியங்களை முறையாகப் பயின்ற ஜி.யு. போப் தமிழ்ப் பேச்சு மொழியின் நுட்பங்களையும் உணர்ந்தவர். அவரது 'திருவாசக' மொழிபெயர்ப்பு உலகறிந்த ஒன்று. சைவ சாத்திர நூலான திருவருட் பயனையும், தமிழ்ச் சமூகத்தின் எட்டாம் நூற்றாண்டு வாழ்வியலைக் காட்டும் 'புறப்பொருள் வெண்பாமாலை' என்னும் இலக்கண நூலையும் மொழிபெயர்த்துள்ளார்.

போப் குறள் மொழிபெயர்ப்பு நூலைப் பின்னர் சைவச் சித்தாந்த நூற்பதிப்புக் கழகம் இருபதாம் நூற்றாண்டில் வெளியிட்டது. அதில்

போப் எழுதிய முன்னுரையின் சில பகுதிகள் விடுபட்டுள்ளதாக கா. மீனாட்சிசுந்தரம் குறிப்பிடுகிறார்.

இங்கு திருக்குறளுக்கு மட்டும் போப்பின் ஆங்கில மொழி பெயர்ப்பு எடுத்தாளப்பட்டுள்ளது. இந்நூல் வெளியீடு அறியா தாரிடத்தும் குறளை அறிய வைப்பதற்குமான முயற்சியாகும்.

யாதுமாகி பதிப்பகம் வெளியிட்ட
ஜி.யு. போப் திருக்குறள் ஆங்கில மொழிபெயர்ப்புக்கான முன்னுரை

குடும்ப விளக்கு: அறிமுகம்

வீசும் புயல்காற்று, குமுறும் எரிமலை, இரு கரையினையும் மீறிப் பார்ப்பவர் நடுங்கப் பாயும் காட்டாற்று வெள்ளம் – இப்படி யொரு பாரதிதாசனையே தமிழ்நாடு முதலில் கவிஞனாக அடை யாளம் கண்டது. மெல்லிய தென்றல், பொலிந்த அழகுடன் நின்று எரியும் சுடர்விளக்கு, சலசலத்துச் செல்லும் தெளிந்த நீரோடை – இப்படியும் ஒரு பாரதிதாசன் உண்டு என்று நமக்குச் சாட்சியம் கூறும் நூல் 'குடும்ப விளக்கு'.

தன் ஆசான் பாரதியைப் போல் அல்லாமல் குடும்பத்தோடு நிறைந்த ஒட்டுதலுடைய கவிஞர் பாரதிதாசன். ஆசானோ முப்பத் தொன்பது வயதிலே மறைந்துபோனார். இவரோ பெயரன், பெயர்த்தி எனக் குடும்ப அமைப்பின் இன்பங்களை முழுமையாகத் துய்த்தவர். 1942இல் ஐம்பது வயதைத் தாண்டிய பின்னர் குடும்ப விளக்கின் முதல் பகுதியான 'ஒருநாள் நிகழ்ச்சி'யை வெளியிடுகிறார் கவிஞர். 1944இல் 'விருந்தோம்பல்' என்னும் இரண்டாம் பகுதியும், 1948இல் 'திருமணம்' என்னும் மூன்றாம் பகுதியும், 1950இல் 'மக்கட்பேறு' 'முதியோர் காதல்' என்னும் நான்கு, ஐந்தாம் பகுதிகளும் வெளியிடப் பெறுகின்றன. ஆக ஒன்பதாண்டுக் காலத்தில் ஐந்து பகுதிகளாகப் பிறந்த நூல் குடும்ப விளக்கு. படைப்பாளியின் உணர்வு வளர்ச்சி படைப்பிலே தெரிகின்றது.

முதல் பகுதியான 'ஒருநாள் நிகழ்ச்சி'யை வெளியிடுகின்ற போது இந்நூலை ஐந்து பகுதியாக எழுதும் முன் திட்டம் எதுவும் கவிஞரிடம் இருந்ததாகத் தெரியவில்லை. அது ஒரு பெரிய நூலின் முற்பகுதிபோலத் தோன்றவுமில்லை. ஏனைய பகுதிகளுக்கும் முதற் பகுதிக்குமுள்ள இன்னொரு வேறுபாடு – முதற்பகுதியில் கதைமாந்தர் யாவருக்கும் அவர் பெயர் சூட்டவில்லை. அவன், அவள், பிள்ளைகள், மாமன், மாமி என்று உறவுமுறைப் பெயர்கள் மட்டுமே தரப்படு

கின்றன. அக்காலத்தில் இந்த நூலுக்குக் கிடைத்த வரவேற்பே கவிஞரை மேலும் நான்கு பகுதிகளை எழுதத் தூண்டியிருக்க வேண்டும். அதனைத் தொடர்ந்தே கதை மாந்தர்களுக்கு வேடப்பன், நகைமுத்து எனப் பெயரிடவும் கவிஞர் விரும்பியிருக்க வேண்டும்.

இல்லறத்தின் சிறப்பை விளக்க முனைகின்ற பாரதிதாசன், இந்த நெடுங்கவிதை நூலில் எதிர்நிலையாகத் துறவறத்தைக் கடுமை யாகச் சாடுகிறார். அதிலும் குறிப்பாக, அப்போது தென்னிந்தியாவில் செல்வாக்குப் பெற்றுக்கொண்டிருந்த புதிய மடங்களான திருவண் ணாமலை ரமணாசிரமத்தையும் புதுச்சேரி அரவிந்தர் ஆசிரமத்தையும் கடுமையான சொற்களால் 'ஆசிரமம்', 'மலையடியில் துறவு' என்ற இரண்டு தலைப்புகளில் சாடுகிறார். அத்வைத வேதாந்தச் சார்பாக இந்த ஆசிரமங்களை நிறுவிய ரமணரும் அரவிந்தரும் அப்போது அவற்றின் தலைமைப் பொறுப்பையேற்றுப் புகழோடு நடத்திக் கொண்டிருந்தனர். இல்லறத்தின் சிறப்பை விளக்க ஒருபுறம் துறவு நிறுவனங்களைச் சாடும் கவிஞர், மறுபுறத்தில் அற உணர்வினை இழந்த குடும்பத்தின் நிலையினை எதிர்நிலையில் வைத்து 'இருண்ட வீடு' என்ற கவிதை நூலையும் எழுதியுள்ளார்.

பத்தொன்பதாம் நூற்றாண்டில் இறக்குமதியான எந்திர நாகரிகம் தமிழர்களின் சமூக, அரசியல் வாழ்வை மட்டுமன்றிக் குடும்ப வாழ்வையும் பெரிதும் பாதித்தது. நகர்ப்புறம் சார்ந்த குடும்பம், மத்தியதரக் குடும்பம் என்றெல்லாம் புதிய அளவுகோல்கள் உருவாகும் வகையில் குடும்ப அமைப்பில் மாற்றங்கள் நிகழ்ந்தன. பெண் கல்வி பெரிதும் பேசப்படும் பொருளாயிற்று. மாறிவரும் சமூக அமைப்புக் கேற்ப, குடும்பத்தின் கட்டுமானத்தில் மாறுதல்கள் ஏற்பட வேண்டு மென்பது பாரதிதாசனின் எண்ணப் போக்காகும். நிராகரிக்க வேண்டிய சில பழமைப் போக்குகளையும் ஏற்றுக்கொள்ள வேண்டிய புது நெறிகளையும் கொண்டு அவர் கவிதையில் நாம் காணவிரும்பிய ஓர் இலட்சியக் குடும்பத்தைப் படைத்தார். ஆனால், மரபுவழித் தமிழ்க் குடும்பத்தின் கட்டமைப்பு அவர் அடிமனத்தில் உறைந்திருந்தது என்பதனையும் நாம் மறுக்கவியலாது.

'மனைக்கு விளக்காகிய வாணுதல்' (அகம்) என்ற சங்கப்பாடலின் தொடரும் பொருளும் அவரது நூலுக்குக் 'குடும்ப விளக்கு' என்ற பெயரைத் தந்தன என்று கொள்ளலாம். குடும்ப அமைப்பின் ஆதார அச்சாக விளங்குபவள் பெண்ணே, ஆகையால் பெண்ணை மைய மிட்டுப் பிறந்த அகத்திணை இலக்கியங்களைப் போலப் பெண்ணை மையமிட்டே 'குடும்ப விளக்கு' பிறந்தது. இந்தப் பாட்டுநூலின் தலைவி

இரவு தன்னை
திருவிளக்கேந்தி வந்து
தெருவினில் வரவேற்கின்றாள்

அவளே பாரதிதாசன் காட்ட முற்படும் 'குடும்ப விளக்கு.'

வீட்டில் சமையல்காரியாக, தையற்காரியாக, தச்சு வேலையும் கொல்லர் வேலையும் செய்பவளாக, துணைவனுக்குக் காதலியாக, பிள்ளைகளுக்குத் தாயாக, மருத்துவச்சியாக, முதியவர்களுக்குப் பணிமகளாக இவள் நிற்கிறாள். இவள் வீட்டில் வேலைக்காரர்கள் இல்லை. இவளிடத்தில் புதுமையின் சாயலும் பொலிந்து நிற்கின்றது. இவள் காலையில் எழுந்தவுடன் இசைக்கருவி வாசிக்கின்றாள்; பிள்ளைக்குப் படிப்புச் சொல்லிக் கொடுக்கின்றாள்; கணவனது மளிகைக் கடையில் வணிகமும் செய்கின்றாள்; கணக்கும் எழுதுகின்றாள். இத்தனைக்கும் மேலாக இரவில் படுக்கையறையில்....

'இதுவரைக்கும் பொதுநலத்துக்கென்ன செய்தோம்'

என்று தன் கணவனிடத்தில் ஒரு கேள்வியும் கேட்கிறாள். இவளே பாரதிதாசன் காண விரும்பிய புதிய பெண்.

"தமிழ்நாட்டின் பண்டைய அறிஞர்கள் கண்ட குடும்பங்கள் நமக்குச் 'சீவகன்' முதலிய பெருநூற்களில் காட்சியளிக்கின்றன. இன்றைய நிலையில் எளிய நடையில் அமைந்த 'குடும்ப விளக்கு' ஒரு நடுத்தரக் குடும்பம் இது என்று திட்டமாகச் சொல்லாவிட்டாலும் கோடிகாட்டியதாகவாவது இருக்கும். பெண், குடும்பம் என்பன பற்றிப் பாரதிதாசன் 1940களின் நடுப்பகுதியில் கொண்டிருந்த சிந்தனை இதுவேயாகும்.

குடும்பம் என்கிற அமைப்பு குறித்த விரிந்த, ஆழமான சிந்தனைகள் கடந்த நூற்றாண்டில் ஐரோப்பாவில் பிறந்தன. இருபதாம் நூற்றாண்டில் இந்தியாவின் மரபுவழிக் குடும்ப அமைப்புகளின் கட்டு உடைபடத் தொடங்கியபோது குடும்பம் பற்றிய மறுசிந்தனைகள் பிறக்கலாயின. இவ்வகையான மறு சிந்தனையை இந்தியாவில் தொடங்கி வைத்தவர் கவிஞர் பாரதிதாசன் ஏற்றுக்கொண்ட தலைவரான தந்தை பெரியார் தான். 'கலியாணம் என்பதே நாம் உண்டாக்கிக்கிட்ட ஒரு வழக்கம்தானுங்களே' (பெரியார் 1972இல் 'கணையாழி' இதழுக்களித்த பேட்டி) என்று கூறிய பெரியார் குடும்ப அமைப்பின் 'புனிதத்தை' ஒட்டுமொத்தமாக நிராகரித்தார். இருபத்தொன்றாம் நூற்றாண்டின் முற்பகுதியில் நிற்கும் இன்றைய தமிழ் இளைஞர்கள் சிலர் "குடும்பம் என்கிற அமைப்பைத் திட்டமிட்டு நாம் சிதைக்க வேண்டும். அதுவே சமூக மாற்றத்திற்கு முதற்படியாகும்" என்று பேசியும் எழுதியும் வருகின்றனர். ஆனால்

இந்தக் கருத்தோட்டம் இன்றைய நிலையிலும் ‘அதிதீவிரம்’ என்றே பெருவாரியான தமிழ் மக்களால் உணரப்படுகின்றது. அப்படியானால் பாரதிதாசன் மரபு வழிக் குடும்ப அமைப்பைப் பேணுபவர்தானா என்ற கேள்வி இலக்கியத் திறனாய்வாளர்களிடமிருந்தும் இளைஞர் களிடமிருந்தும் தோன்றலாம். இந்தக் கேள்வி நிராகரிப்பதற்குரியது அன்று. மாறாக பாரதிதாசன் பற்றிய துல்லியமான இலக்கியச் சமூக மதிப்பீட்டைக் கொள்ளும் வகையில் இது நமக்குத் துணை செய்யும் கேள்வி ஆகும்.

பாரதிதாசன் தம் தலைவராகத் தந்தை பெரியாரை ஏற்றுக் கொண்டார். 1933இல் பகுத்தறிவாளர் மாநாட்டில் நான் ஒரு நிரந்தர நாத்திகன் என எழுதிக் கையொப்பமிட்டார். ஆனாலும் கூட அவருடைய தலைவர் பெரியாரைப் போல தன் முழு வாழ் நாளையும் உழைப்பையும் சமூக மாற்றத்திற்காக முன்வைக்க அவரால் இயலவில்லை. அது பாரதிதாசன் தவறோ குறையோ அன்று. குடி யிருக்கச் சொந்த வீடுகூட இன்றி வாய்க்கும் கைக்குமான வாழ்க்கைப் போராட்டத்தில் நின்று கொண்டிருந்த ஒரு பள்ளிக்கூட ஆசிரியரின் எல்லையாகும். இது ஒரு நடை முறை உண்மை. ஆனால் இந்த நடைமுறை உண்மையிலிருந்தும் சமூகம் தந்த வாழ்க்கைத் தளை களிலிருந்தும் பாரதிதாசன் என்ற கவிஞர் விடுபடத் துடித்தார். விடுதலைக்கான தேட்டம் அவரிடம் முழுமையாக இருந்தது. அத்தோடு ஒரு கவிஞருக்கான அழகியல் தேட்டமும் இருந்தது. ஆக மொத்தத்தில் பெரியாரின் தூய அறிவுப்போக்கு, நகர்ப்புற நடுத்தரக் குடும்பத்தின் வாழ்க்கைப் போக்கு, ஒரு கவிஞருக்கான அழகியல் தேட்டம், விடுதலை உணர்வு – இவையெல்லாமும் சேர்ந்து பாரதிதாசனைப் படாதபாடு படுத்தின.

அவருக்குள் கடவுள் நம்பிக்கை இல்லை. ஆனால் விடியற் காலையில் வீட்டு வாசலில் பெண்கள் இட்ட கோலம் அவரது கண்ணையும் நெஞ்சையும் கவர்ந்தன.

அரிசிமாக்கோலம் அமைத்தனள்; அவளுக்குப்
பரிசில் நீட்டினான் பகலவன் பொன்னொளி!

என்கிறார் கவிஞர். ‘குடும்ப விளக்’கில் மட்டுமன்று, அவரது எல்லாக் கவிதைகளிலும் ஞாயிறு எழுகின்ற காட்சி சிறப்பாகவே பாடப் பட்டுள்ளது.

உலகம் விளக்கம் உறக் கீழ்த்திசையில்
மலர்ந்தது செங்கதிர் மலர்ந்தது காலை

என்றுதான் கவிஞரின் ‘எதிர் பாராத முத்தம்’ தொடங்கும். ஆனால்

உலகம் உவப்ப வலனேர்பு திரிதரு
பலர்புகழ் ஞாயிறு கடற்கண்டாங்கு

எனத் தொடங்கும் 'திருமுருகாற்றுப்படை' ஆசிரியருக்கும் பாரதிதாசனுக்கும் பெருத்த வேறுபாடு உண்டு.

'குடும்ப விளக்கு' அளவிற்கு நீண்ட நெடிய தமிழ்க் கவிதை எதுவும் கடவுள் வணக்கம் அல்லது வாழ்த்து இன்றித் தொடங்கியதே தமிழ் இலக்கிய வரலாற்றில் கிடையாது. பாரதியாரின் 'பாஞ்சாலி சபதம்' உட்பட! குடும்ப விளக்கில் கடவுள் வாழ்த்தும் இல்லை; கடவுள் பற்றிய பேச்சும் எங்கும் வரக் காணோம். கடவுள் வாழ்த்து இல்லாமல் நெடுங்கவிதை நூல்படைக்கப் பாரதிதாசனுக்கு முன் தமிழ்க்கவிஞர்கள் எவரும் துணிவு கொள்ளவுமில்லை என்பதே வரலாறாகும்.

'குடும்ப விளக்கு' முழுக்க முழுக்கத் தமிழ் மரபும் மரபுக்கு ஊடாகக் கவிஞர் கண்ட புதுமையும் கலந்து பிறந்த நூலாகும். குடும்ப விளக்கின் இரண்டாம் பகுதி 'விருந்தோம்பல்' என்றும் மூன்றாம் பகுதி 'திருமணம்' என்றும் நான்காம் பகுதி 'மக்கட்பேறு' என்றும் கவிஞரால் பெயரிடப்பட்டுள்ளது. விருந்தோம்பல் என்பது மனிதப் பொதுமை சார்ந்த மதிப்பீடு; இருப்பினும் தமிழ் நாகரிகம் அதற்குச் சிறப்பான இடத்தை அளித்தது.

அல்லில் ஆயினும்
விருந்துவரின் உவக்கும் பெருந்தோட் குறுமகள்

என்பது சங்க இலக்கியம்.

இருந்தோம்பி இல்வாழ்வ தெல்லாம் விருந்தோம்பி
வேளாண்மை செய்தற் பொருட்டு

என்பது திருக்குறள். 'விருந்து புறந்தருதலும் இழந்த என்னை' என்பது சிலப்பதிகாரத்துக் கண்ணகியின் கவலை. 'விருந்து கண்ட போது என்னுறுமோ' என்றுதான் கம்பன் கண்ட சீதை அசோக வனத்தில் கலங்குகிறாள். இந்தத் தமிழ் மரபினை வலிமையாகப் பற்றிக்கொண்டே,

நற்றமிழர் சேர்த்த புகழ் ஞாலத்தில் என்னவெனில்
உற்ற விருந்தை உயிரென்று பெற்றுவத்தல்

என்கிறார் பாரதிதாசன். காதலும் திருமணமும் மனிதப் பொதுமை சார்ந்த நிகழ்வுகளே. திருமணத்தின் விளைபயன் மக்கட்பேறு என்பது தமிழ் மக்களின் வாழ்நெறியும் நம்பிக்கையும் ஆகும்.

மயக்குறு மக்களை இல்லோர்க்குப்
பயக்குறை இல்லை தாம் வாழுநாளே

என்பது சங்க இலக்கியக் கருத்தோட்டம்

மங்கலம் என்ப மனைமாட்சி மற்றதன்
நன்கலம் நன்மக்கட் பேறு

என்பது வள்ளுவர் சிந்தனை.

இந்தத் தமிழ் மரபு பற்றியே குடும்ப விளக்கில் மூன்றாம் நான்காம் பகுதிகள் திருமணம், மக்கட்பேறு என்றமைகின்றன.

குடும்ப விளக்கின் ஐந்தாம் பகுதி, முதியோர் காதல். மிக நெடிய தமிழ் மரபின் நீட்சி இந்தப் பகுதி. ஆயினும் மரபினை இந்த அளவு விரித்துப் பாட பாரதிதாசனைப் போல் எந்தக் கவிஞனும் நெஞ்சுரம் பெறவில்லை என்பது குறிப்பிட்டுச் சொல்லத் தகுந்த செய்தி. காதல் உணர்வு என்பது உடலளவில் இறந்துபோன பிறகும் நெஞ்சளவில் நின்று, அது மனிதனை இயக்குகின்றது. நவீனத் திறனாய்வாளர்களின் கருத்தின்படிச் சொல்வதானால் சிக்மண்ட் ஃபிராய்டு தமிழ் அகத்திணை மரபுகளிடம் தோற்றுப் போகின்ற இடம் இதுவே!

'காமஞ்சான்ற கடைக்கோட் காலை' என்று தொல்காப்பியம் காதலை முதுமையோடு சேர்த்துப் பேசியது. இருபது நூற்றாண்டுத் தமிழ் இலக்கிய வரலாற்றில் காதலுணர்வை இளமையிலிருந்து பிரித்து முதுமையோடு பொருத்திப் பார்ப்பதற்கான விருப்பமும் நெஞ்சுரமும் பாரதிதாசனைத் தவிர வேறெந்தக் கவிஞனுக்கும் வாயக்கவில்லை. அது மட்டுமன்று உடலாலே கூடிக்களித்த அந்த முதியவர்கள் முதுமையிலும் கூடிக் கற்றார்கள்; அதுவும் திருக்குறள் கற்றார்கள்.

குடித்தோமே பாலின் கஞ்சி
குறட் பாவில் இரண்டு செய்யுள்
படித்தோமே, அவற்றினுக்கு
விரிவுரை பலவும் ஆய்ந்து
முடித்தோமே! மொண மொணென்று
மணிப் பொறி சரியாய்ப் பத்தும்
அடித்தது துயின்றேன் இப்போது
அழைத்தீர்கள் விழித்தேன் என்றாள்.

"இரவிலே நன்றாகத் தூங்கினாயா" என்று கணவர் கேட்கும் கேள்விக்கு மனைவி கூறும் மறுமொழி இது. தொல்காப்பியர் தொட்டு பாரதி யார்வரை எவரும் காணாத, காட்டாத குடும்பக் காட்சி இது.

இந்தப் புதுமையின் பெயரே பாரதிதாசன். மரபுவழிக் குடும்பத்தின் மரபுவழிச் சுவையுணர்ச்சியிலிருந்து பாரதிதாசனால் விடுபட இயலவில்லை. பெற்ற குழந்தைகளையும் பேரக் குழந்தைகளையும் கொஞ்சிப் பெறுகின்ற மகிழ்ச்சி உண்மையானதாகவும் உயர்வான தாகவும் பாரதிதாசனுக்குத் தோன்றியது. இந்த மகிழ்ச்சி உற்பத்தி சார்ந்த கலாச்சாரத்தின் ஒரு பகுதி. தந்தையின் முதுகில் குதிரையேறு கின்ற இளங்குழந்தைக்கு,

> சப்பைக் குதிரை இல்லை இல்லை
> தமிழன் குதிரை ஏய் ஏய் ஏய்

என்று பாட்டுச் சொல்லிக்கொடுக்கின்றார் பாரதிதாசன். "பாட்டியே சிறுமலைப் பழங்கள் இந்தா" என்று பேரன் கொடுக்க வருகின்றான். "உன் தாத்தாவுக்கு கொடு போ" என்று சொல்லி விட்டுக் கொடுக்கப் போவதைக் கூர்ந்து நோக்கி மகிழ்ச்சியடைகிறாள் கிழவி. பாரதி தாசனுக்குப் பின்னும்கூட இந்த மகிழ்ச்சியை அடையாளம் கண்ட கவிஞரும் காட்டிய கவிஞரும் தமிழ்நாட்டில் வேறு யாரும் இலர். இது பாரதிதாசனின் தனித்த பெருமை.

வேறுவகையில் சொல்வதானால் நிலமானிய மதிப்பீடுகளின் ஒருபுறத்தில் பாரதிதாசனிடம் காணலாம்; மறுபுறத்தில் சமூகநீதி என்னும் வாளேந்தி இந்த மதிப்பீடுகளில் சிலவற்றிற்கு எதிராக நின்று போராடுகிறார். ஒன்றினைச் சான்றாக எடுத்துக்காட்டலாம். விருந்தோம்பல்! விருந்தினரை முகமலர்ச்சியோடு வரவேற்றல்; அவருக்கு மிகச் சீரிய பணிவிடைகள் செய்தல்; தன் வீட்டில் தான் உண்ணுமிடத்தில் அவரோடு உடன் அமர்ந்து உண்ணுதல்; தன் வீட்டுப் பெண்களை உணவு பரிமாறச் செய்தல்; உண்ணும்போது பரிவும் அன்பும் கலந்தபடி அவருடன் உரையாடுதல்; உண்டு முடித்த பின்னரும் அவருக்கு மகிழ்ச்சியூட்டும் மிகச் சிறிய செயல்கள் செய்தல்; இவையே மரபுவழி விருந்தோம்பலின் அசைவுகள் ஆகும். இருப்பவர், இல்லாதவர், அறிஞர், வறிஞர் என சமூகத்தின் எல்லாத் தரப்பிலும் விருந்தோம்பும் முறை இதுவாகத்தான் நேற்றுவரை இருந்து வந்திருக்கிறது. மனித உறவினைப் பேணி நிற்கும் உயர் மதிப்பீடுகளில் ஒன்று விருந்தோம்பல். இது உற்பத்திக் கலாச்சாரத்தின் விளைவு.

இன்று நகர்ப்புற மேல்தட்டு மக்களிடையே விருந்தோம்பலுக் கான அசைவுகள் என்ன? விருந்தினரை நகர்ப்புற விடுதிகளில் தங்க வைப்பது; பொருளியல் வளமுடையாரைத் தம்முடைய புற வீட்டிலோ விருந்தினர் விடுதியிலோ தங்க வைப்பது; உணவு விடுதி யிலிருந்து உணவு கொண்டு வருவது; வேலைக்காரரை இட்டுப் பரிமாறச் செய்வது; உடனிருந்து உண்ணும் வாய்ப்பை விருந்தினருக்குத்

தராதது; இப்படி விருந்தினரை வணிக வாடிக்கையாளராக நடத்துவது ஏன்? இவ்வகையான அசைவுகள் ஏன் மரபிலிருந்து வேறுபட்டு நிற்கின்றன?

பாரதிதாசனின் 'விருந்தோம்பல்' நிலமானிய உற்பத்தி சார்ந்த பண்பாட்டின் வெளிப்பாடு. ஆனால் இன்றைய நகர்ப்புறத்து விருந்தோம்பல் தரகுப் பண்பாடு அல்லது நுகர்வுப் பண்பாடு; பின்னது உயிரற்றது. 'மனித உறவுகளை வணிக உறவுகளாக்குவது பாரதிதாசன் நிலமானிய உற்பத்தி முறையின் நல்ல மதிப்பீடுகளுக்கும் 'அல்ல' மதிப்பீடுகளுக்கும் நடுவில் நின்றார். சில பழைய மதிப்பீடுகளைப் பேண நினைக்கிறார்; சில பழைய மதிப்பீடுகளை அழிக்க நினைக்கிறார்.

'முதியோர் காதலில்' கணவனும் மனைவியும் நூற்றைந்து ஆண்டுகள் வாழ்கின்றனர். அந்த வயதிலும் கூட கணவனுக்கருகில் இருக்கும்போது அவளுக்கு நாணம் பிறக்கின்றது. 'அம்மாயி' எனப் பேரன் அவளை அழைக்கும் குரல் கேட்டு அவள் மனம் இன்பத்தில் ஆழ்ந்து போகிறது. பயிர்ப் பெருக்கத்தைக் கண்டும் கேட்டும் மகிழும் உழவனைப்போல உயிர்ப் பெருக்கத்தைக் கண்டும் கேட்டும் மகிழ்வு கொள்ளுகின்ற உற்பத்தி சார்ந்த பண்பாட்டின் வெளிப்பாடு இது. மறுபுறத்தில் புதிய விஞ்ஞானம், அதன் வழி மேற்குலகம் பெற்ற வளர்ச்சி, புதிய சித்தாந்தங்கள் இவை பற்றிய விரிந்த பேச்சு எதுவும் 'குடும்ப விளக்கில்' இல்லை. ஆனால்

செவ்வையுற மகளிர்க்குக் கல்வி நலம் தேடல்
செயற்பால யாவினுமே முதன்மை எனக் கொண்டே
அவ்வகையே செயல் வேண்டும்! அறிவுமனையாளால்
அமைதியுலகுண்டாகும் என்ன இதில் ஐயம்!

குடும்ப விளக்கின் சாரமான செய்தி இதுதான்.

○

இருபதாம் நூற்றாண்டின் முதல் அறிவியல் தமிழ் நூல்

அறிவியல் தமிழ் இன்று பரவலாகப் பேசப்படும் துறைகளில் ஒன்று. தன்னுடைய மொழியில் அறிவியல் கற்பிக்கப் படாதபோது, சமூகத்தின் அறிவு வளர்ச்சி தடைபடுகிறது, சமூகநீதி மறுக்கப்படுகிறது என்ற எண்ணம் அறிஞர்களிடையே வளர்ந்துவரும் காலம் இது. அறிவியல் தமிழாக்க முயற்சிகளில் கலைக்கதிர் இதழ், தினமணி நாளிதழ், தமிழ்ப் பல்கலைக்கழகம் ஆகிய நிறுவனங்கள் முனைந்து நிற்கின்றன. பெ.நா. அப்புசாமி இத்துறையில் தனிநபராக 50 ஆண்டுகாலம் பணிசெய்தார். இன்று வா.செ. குழந்தைசாமி போன்ற அறிவியல் அறிஞர்களும் டாக்டர். இராம. சுந்தரம், இராதா. செல்லப்பன் முதலிய பேராசிரியர்களும் இத்துறையில் உழைத்து வருகின்றனர். தமிழகத்தின் சில கல்லூரிகளில் இன்று அறிவியல் தமிழ், பாடத்தாள்களில் ஒன்றாகவும் வைக்கப்பட்டுள்ளது. ஆயினும் இந்த எல்லையைத் தமிழர்கள் தொடுவதற்குக்கூட 150 ஆண்டுகள் ஆகியிருக்கின்றன. 1832இல் நெல்லை மாவட்ட சி.எஸ்.ஐ. திருச்சபைப் போதகர் இரேனியஸ் (Rhenius) அடிகளார் எழுதிய 'பூமி சாஸ்திரம்' என்னும் நூலோடு அறிவியல் தமிழின் வரலாறு தொடங்குகிறது. 1850க்கும் 1880க்கும் இடையே மருத்துவர் சாமுவேல் கிரீன் என்ற அமெரிக்கர் மருத்துவக் கல்லூரிகளிலும் தமிழ் பயிற்றுமொழி ஆகவேண்டும் என்ற நோக்கத்தோடு மருத்துவ நூல்கள் சிலவற்றைத் தமிழில் மொழிபெயர்த்தார். உடற்கூறு இயல், மகப்பேறு மருத்துவம், வேதியியல் ஆகிய துறைகளில் அவரது தன்னாக்க – மொழியாக்க நூல் முயற்சிகள் குறிப்பிடத்தகுந்தவை. "பிறநாட்டு நல்லறிஞர் சாத்திரங்கள் தமிழ்மொழியில் பெயர்த்தல் வேண்டும்" என்ற பாரதியின் கவிதை பிறப்பதற்குமுன் பிறந்த நூல்கள் இவை. இன்றைக்கு 150 ஆண்டுகளுக்கு முன், ஆங்கில மருத்துவத்தை 33 பேருக்குத் தமிழில் கற்பித்து, டாக்டர் கிரீன்

ஆற்றிய அறிவியல் தமிழ்ச் சாதனையை நன்றியுடன் குறிப்பிடுகிறார் இராதா. செல்லப்பன்.

இவ்வகையான முன்முயற்சிகளும், தமிழ்ப் பத்திரிகைகளின் வளர்ச்சியும் உள்நாட்டு அறிஞர்களையும் 1880ஆம் ஆண்டிற்குப் பின் அறிவியல் தமிழில் எழுதச் செய்தன. அந்தவகை முயற்சி யாளர்களின் சிலருடைய பெயர்கள் மட்டுமே தாய்நாட்டினரால் அறியப்பட்டுள்ளன; அறிவியல் தமிழ் முயற்சியில் அறியப்படாத பெயர்களில் ஒன்று சேலம் பகடால நரசிம்மலு நாயுடு.

'சேலம் பகடால நரசிம்மலு நாயுடு' தமிழில் புத்தகம் வாசிக்கும் பழக்கம் உள்ளவர்களுக்கு மட்டுமே தெரிந்த பெயர். அதுவும் காங்கிரஸ் கட்சியின் வரலாற்றை முதன் முதலில் எழுதியவர் என்னும் அளவிலேதான். சேலத்தைச் சேர்ந்த இவர் 1880இல் கோயம்புத் தூருக்குக் குடிபெயர்ந்திருக்கிறார். அங்கிருந்து கொண்டு ஆஸ்திகமத சித்தாந்தம், ஆரியர் சத்திய வேதம், காசி யாத்திரை ஆகிய நூல்களை எழுதியிருக்கிறார். கோவையிலிருந்தே 'கலாநிதி' என்ற பத்திரிகை யையும் சில காலம் நடத்தியிருக்கிறார்.

1900வது ஆண்டு ஜனவரி மாதம் முதல் நாள் இவர் எழுதி வெளியிட்ட நூலின் பெயர் 'விவசாயம் அல்லது கிருஷி சாஸ்திர சாரசங்கிரகம்'. 20ஆம் நூற்றாண்டின் முதல் நாளில் பழந்தமிழ் மொழிக்குப் புதியதாய்ப் பொழுது விடிந்தது. அறிவியல் தமிழின் வரலாற்றில் குறிப்பிட்டுச் சொல்லவேண்டிய நூல் இது. ஐந்து பக்கங்களில் வாழ்த்து, ஏழு பக்கங்களில் முகவுரை, நூன் முகம் 26 பக்கம், 138 பக்கங்கள் நூல். இந்த அரிய தமிழ் நூலுக்கு அக்காலத்தில் சென்னையிலிருந்த விவசாய அறிஞர் டாக்டர் எஸ். பழனியாண்டி ஆங்கிலத்தில் ஒரு பக்க அளவில் வாழ்த்துரை வழங்கியிருக்கிறார். 138 பக்கங்களையுடைய இந்த நூலில் 10 அத்தியாயங்கள் உள்ளன.

1. மண்ணின் உற்பத்தி, வகுப்புகள், குணங்கள்
2 மண்ணில் இருக்கவேண்டிய எருவின் விபரங்கள்
3. விவசாயத்துக்கு இன்றியமையாத தண்ணீரின் குணங்கள்
4. பூமியைப் பண்படுத்தும் வகை
5. பண்படுத்துவதற்கேற்ற கருவிகள்
6. பண்படுத்துவதற்கேற்ற கால்நடைகள்
7. அக்கால்நடைகளைப் பாதுகாக்கும் முறைகள்.
8. நமது இராஜதானியில் விளையும் பயிர் வகைகள்.
9. அவற்றை விளைவிக்கும் காலம்.

10. விளைவிப்பைப் பற்றிப் பெரியோர் சொல்லியிருக்கும் பழமொழிகள். இத்துடன் பயிர்த்தொழில் செய்வோர், நிலம் – பயிர் குறித்த புள்ளிவிவரங்களோடு கூடிய அட்டவணைகள் எனும் விவரங்களோடு ஆராய்ச்சி நெறிமுறைகள் குறித்த அரட்டைகளோ அலட்டல்களோ இல்லாத காலத்தில் (1900) இந்நூல் ஆராய்ச்சி நெறிமுறைகளோடு கூடிய அறிவியல் நூலாக எழுதப்பட்டது.

கோவை பாஷ்யகாரலு நாயுடு என்பவரும் அக்காலத்தில் வேளாண்மைத்துறையில் பணிபுரிந்த ராஜகோபால நாயுடு என்பவரும் தனது நூல் முயற்சிக்கு உதவியவர்கள் என்று குறிப்பிடும் நாயுடு, அப்போது கோவை மாவட்ட ஆட்சித் தலைவராக இருந்த நிகில்சன் துரையே தன்னை 'பட்டிக்காட்டுத் தமிழில்' இந்த நூலை எழுதும்படி வழிகாட்டியதாக நன்றியுடன் குறிப்பிடுகிறார்.

1900 வரையான சென்னை அரசாங்கத்தின் வேளாண் துறையினுடைய 30 வெளியீடுகளையும் அமெரிக்க அரசாங்கத்தின் 50 வெளியீடுகளையும், இவை தவிர உட்ரோப் ராபின்சன் (Woodrof Robinson) ஆங்கிலத்தில் அக்காலத்தில் எழுதிய விவசாய நூல் களையும் இந்நூலாசிரியர் படித்து எடுத்துரைத்திருக்கிறார். பிற நாடுகளில் வாழ் இந்தியர்கள் அங்குள்ள வேளாண் அறிவியல் குறித்து எழுதிய கடிதங்களை மேற்கோள் காட்டியிருக்கிறார். எல்லா வற்றிற்கும் மேலாகத் தானே கோவைக்கு அருகில் 3500 ரூபாய் கொடுத்து நிலம் வாங்கி அதில் பல சோதனைகளை நிகழ்த்திப் பார்த்தும் இருக்கிறார். இக்காலத்துப் பல்கலைக்கழக ஆராய்ச்சி யாளர்கள் தம் ஆராய்ச்சிக்கான நேர்மையையும் உழைப்பையும் நாயுடுவின் புத்தகத்தைப் படித்துப்பார்த்தே தெரிந்து கொள்ளலாம்.

நாயுடுவின் கலைச்சொல்லாக்க முயற்சிகளும் அதற்கு அவர் வகுத்துக்கொண்ட நெறிமுறைகளும்தான் இன்றளவும் இந் நூலின் உயிர்ப்புக்குக் காரணமாக அமைகின்றன. நாயுடுவுக்கு முந்திய இத்துறையாளர்களில் சாமுவேல் கிரீன், கலைச் சொல்லாக்க முயற்சிகளைச் செய்தார் என்றும் (I) Meteria Medica and Pharmacy (II) Midaifery (Ill) Diseases of Women and children (IV) Medical Jurisprudence ஆகிய தலைப்புகளில் அவர் வெளியிட்டார் என்றும் இராதா. செல்லப்பன் கூறுகின்றார். நாயுடு இதனைக் குறித்து ஏதும் அறிந் திருந்ததாகத் தெரியவில்லை. பின்னர் 1985இல் கலைச்சொல்லாக்க நெறிமுறைகளை விரிவாகப் பேசும் டாக்டர் இராதா. செல்லப்பனின் 'கலைச்சொல்லாக்கம்' டாக்டர் வா.செ. குழந்தைசாமியின் 'அறிவியல் தமிழ்' ஆகிய நூல்கள் வெளிவருகின்றன. இந்த வரலாற்றுப் பின்ன ணியை மனத்திலே கொண்டு நாயுடுவின் முயற்சியை மதிப்பிட வேண்டும்.

ஆங்கில மொழியில் அமைந்த அறிவியல் கலைச்சொற்களைத் தமிழாக்குவதற்கு, நாயுடு எடுத்துக்கொண்ட முயற்சிகளைக் கீழ்க் காணுமாறு பகுத்துப் பார்க்கலாம்.

1. தமிழில் வழக்கு மரபிலுள்ள சொல்லைப் பயன்படுத்துதல்

Loamy Soil	–	பசலை மண்
Cotton Soil	–	கரிசல் மண்
Gravel	–	சரளை மண்
Riderpost	–	கோமாரி, அலரி, காற்று நோவு

2. வழக்கு மரபிலுள்ள இரண்டு சொற்களைக் கூட்டி ஒரு சொல்லாக்குதல்

Black Alluvial Soil	–	கரிசல் படுகை நிலம்
Black Peaty Soil	–	கருங்கற்றை நிலம்

3. ஆங்கிலச் சொற்களுக்கு, இணையான தமிழ்ச் சொற்களைப் பொருள் வேறுபடுத்திப் பயன்படுத்துதல்

Manure	-	எரு
Fertiliser	-	உரம்

4. தானே புதிய சொற்களை ஆக்குதல்

Hydrogen	–	ஜலமூலம், ஜலவாயு, ஜலதம்
Nurogen	–	நிர்ஜீவமூலம் அல்லது ருசரகம்
Carbon	–	கரிஅணு, கரிமூலம் இங்காலம்
Phosphorus	–	பிரகாசிதம் அல்லது காடி காரமூலம்
Chlorine	–	இலவணமூலம் அல்லது உறரிதம்
Potash	–	காரமூலம் அல்லது சாம்பற்காரம் அல்லது சர்ஜிதம்

5. ஆங்கிலச் சொல்லைத் தமிழ்மைப்படுத்துதல்

Manganese	–	மாங்கனிஸ் அல்லது காந்தப்போலி
Kentaky Blue Grass	–	கென்டகி நீலப்புல்

6. ஆங்கிலச் சொற்களை அப்படியே பயன்படுத்துதல்

lodine	–	ஐயோடைன்

நாயுடுவின் நூலில் குறிப்பிட்டுச் சொல்லவேண்டிய மற்றொரு கூறு அந்நூலின் எளிமையான நடையாகும். பெறுபவனை மனத்தில் கொண்டு கருத்துக்கு முதலிடம் தருகிறார். அதனால் எளிய சொல் லாட்சியும் சிறிய தொடர்களும் இயல்பாகப் பிறக்கின்றன. ஒப்பனையில்லாத மொழிநடை நூலாசிரியரின் நோக்கத்தை நிறைவேற்றிவிடுகின்றன.

(எ.டு) மாங்கனிஸ் அல்லது காந்தப்போலி

"இது மண்ணிலும் சாம்பலிலும் இருக்கிறது. இது திட்பம் பிராணவாயு, குளோரைன் என்னும் இரண்டு வாயுக்களை உண்டாக்குவதற்கு உபயோகப்படுகிறது. இது சுத்தமாகவிருந்தால் எஃகைப்போல வெளுத்திருக்கும். காற்றிலிருக்கும் ஜீவமூலத்தை இது நிதானமாகக் கிரஹித்துக் கொள்ளும். இதற்கு ஜலத்தைப் பிரிக்கும் தன்மையுண்டு."

இன்றைய அறிவியல் அறிஞர்களின் சிந்தனைக்குரிய ஒரு பெரிய பணியினையும் நாயுடு செய்திருக்கிறார். வேளாண் அறிவியல் போன்ற உலகின் பழைய துறைகளில் மரபுவழியாகப் பெற்ற தொழில்நுட்ப அறிவினையும் நாம் பயன்படுத்த வேண்டும் என்பது அவர் கருத்து. தோராய விஞ்ஞானம் (Empirical Sciences) எனப்படும் உயிரியல், பயிரியல் துறைகளில் இந்த முயற்சிகளை நம்நாட்டில் அறிவியல் கற்பிக்கும் பேராசிரியர்கள் இன்றுவரை மதிப்பதே இல்லை. ஏனென்றால் நாயுடு எழுத்தாளராக மட்டுமல்லாமல் விவசாயியாகவும் தனது நிலத்தில் பல சோதனைகளைச் செய்து பார்த்திருக்கிறார். அதிக எழுத்தறிவு பெறாத சமூகத்தின் தொழில் நுட்ப அறிவானது, அந்தச் சமூகத்தின் வழக்குத் தொடர்கள், பாடல்கள், பழமொழிகள் இவற்றிலேதான் பொதிந்து கிடக்கும். அவ்வகையில் நாயுடு வேளாண்மை தொடர்பான 680 பழமொழி களையும் சொல்லடைகளையும் தன் நூலின் இறுதி அத்தியாயமாகத் தொகுத்துத் தந்திருக்கிறார். இப்படிப் பழமொழிகளும் தொழிலின் பெருமை, தொழிலாளியின் உழைப்பு, நிலம், வேலியடைப்பு, பருவகாலம், மழை, உரம், நீர் பாய்ச்சல், களையெடுப்பு, விதை, பயிர், பயிர் விதைகள் (எள், பருத்தி, கரும்பு, வாழை, தென்னை) கால்நடைகள் என்ற வகையில் வகுத்துத் தரப்பட்டுள்ளன. இது மரபுவழித் தொழில்நுட்பத்திற்கும் புதிய விஞ்ஞான அறிவுக்குமான இடைவெளியைப் பாலம் கட்டி நிரப்பும் உன்னதமான முயற்சியாகும்.

இன்றைய அறிவியல் தமிழ் முயற்சியாளர்களால் நினைக்கப்பட வேண்டிய நூல், சேலம் பகடால நரசிம்மலு நாயுடு அவர்களின் விவசாயம் அல்லது கிருஷி சாஸ்திரசார சங்கிரகம்.

❍

நிகண்டு

'எதற்கெடுத்தாலும் தொல்காப்பியமா?' என்று என்னதான் 'நவீனர்கள்' முகம் சுழித்தாலும் தொல்காப்பியத்திலிருந்துதான் தொடங்க வேண்டியிருக்கிறது. 'நிகண்டு' என்ற சொல்லும் அதற்குரிய பொருளும் இன்றைய தமிழ் ஆய்வாளர்கள் பெரும்பாலோருக்குத் தெரியாது. தமிழர்களின் மரபுவழி அறிவுத்தொகுதி எங்கே கிடக்கிறது என்னும் ஞானமும் கவலையும் இவர்களுக்குத் தேவையில்லை. ஆனால் சமூக அக்கறையுள்ள ஆய்வாளர்களுக்கு இது அடிப்படைத் தேவையாகும்.

'நிகண்டு' என்னும் சொல் தமிழ்ச்சொல்லாகத் தோன்ற வில்லை. அது தமிழ்ச்சொல் என்று நிறுவுவதற்கு சுந்தர சண்முகனார் போன்றோர் பெருமுயற்சி செய்துள்ளனர். நம்முடைய பார்வையில் அந்த முயற்சி தேவை இல்லாதது. தொல்காப்பியப் பொருளதிகாரத்தில் 'உரியியல்' என்று ஓர் இயல் உள்ளது. இந்த இயலே தமிழ் அகராதியின் மூலம் என்று அண்மையில் கிரகோரி ஜேம்ஸ் (Gregory James) என்ற அமெரிக்கர் 'தமிழ் அகராதிகளின் வரலாறு' (History of Tamil Dictionaries) என்று தன் நூலில் எழுதுகின்றார்.

உரிச்சொல் கிளவி அல்லது உரிச்சொல் பனுவல் என்பது பிங்கல, கயாதர நிகண்டுகளிலும் காணப்படும் பழைய பெயராகும். நன்னூல் உரையில் 'உரிச்சொல் பனுவல்' என்ற தொடரே காணப் படுகிறது. 'காங்கேயன் உரிச்சொல்' என்பதே 16ஆம் நூற்றாண்டில் பிறந்த ஒரு நூலின் பெயராகும். எனவே நிகண்டு நூல்களின் பழைய பெயர் 'உரிச்சொல் பனுவல்' என்று தெரிகிறது.

தொலைக்காட்சியிலே வியக்கத்தகுந்த காட்சி ஒன்றைப் பார்த்த குழந்தை, கண்களை அகல விரித்து 'ஐ' என ஒலி எழுப்புகிறது. இந்த ஒலியின் பொருளை எழுத்திலக்கியங்களில் தேட முடியாது.

'ஐ... வியப்பு ஆகும்' என்று தொல்காப்பியர்தான் இதன் பொருளைத் தமது உரியியலில் விளக்குகின்றார், வெள்ளரிக்காயின் மிகச்சிறிய பிஞ்சினை 'தவப்பிஞ்சு' என்று நம் வீட்டுப்பெண்கள் கூறுவார்கள். 'தவ' என்பது உரிச்சொல் ஆகும். அண்மைக் காலமாகப் பேச்சுத் தமிழில் புழங்கிவரும், 'சூப்பர், தூள்' என்னும் பண்பு அடைச்சொற்கள் எல்லாம் மரபிலக்கணப்படி அந்த அளவு நெகிழ்வுடையன. இப்பொழுது ஒன்று புரிகிறது. அதாவது மக்கள் மொழியின் உயிர்ப் பினையும் ஆற்றலையும் அறிய விரும்புபவர்கள் எல்லாம், தம் தேடலைத் தொல்காப்பியத்தின் உரியியலிலிருந்துதான் தொடங்க வேண்டும். 70, 80 ஆண்டுகளுக்கு முன்னர் வித்துவான் படிப்பில் நிகண்டுகள் சேர்க்கப்பட்டிருந்தன. பின்னர் அது கைவிடப்பட்ட போது, அகராதியியல் அறிவே தமிழர்களுக்குக் கிடைக்காமல் போயிற்று. பிற்காலத்தில் வையாபுரிப்பிள்ளை, மு. அருணாசலம், சுந்தர சண்முகனார், வ. ஜெயதேவன் ஆகியோர் நிகண்டுகளைப் பற்றிக் கட்டுரைகளும் நூல்களும் எழுதியுள்ளனர். தமிழில் இதுவரை 35 நிகண்டு நூல்கள் நமக்குக் கிடைத்துள்ளன. இவற்றோடு 20ஆம் நூற்றாண்டிலும் 'நவமணிக்காரிகை' என்ற பெயரில் சோழவந்தான் அரசஞ்சண்முகனார் ஒரு நிகண்டு நூல் செய்துள்ளார். தமிழ் நிகண்டு நூல்கள் பொதுவாக 12 தொகுதிகளாகப் பிரிக்கப்பட்டுள்ளன. இவற்றுள் 12ஆவது தொகுதி தொகைப் பெயர்ப் பிரிவாகும்; அதாவது தொகைச் சொற்களைப் பட்டியல் இடுகின்றது. எடுத்துக் காட்டாக காலம் மூன்று, பொறிகள் ஐந்து, அரசு உறுப்புகள் ஆறு, சிற்பத் தொழிலுக்கு வேண்டிய மூலப்பொருட்கள் பத்து, அலங்காரம் இருபத்தெட்டு என்ற வகையில் இது அமைகின்றது. பதினொன்றாம் தொகுதி ஒரு சொல் பல்பொருள் பெயர்த் தொகுதியாகும். ஒரு சொல்லுக்குரிய எல்லாப் பொருளையும் கூறும் இதுவே அகராதி களின் மூலவடிவமாகும். ஏனைய பதினோரு தொகுதிகளும் கருத்துக்குச் சொல் தருவனவாகும். அதாவது ஆங்கிலத்தில் Thesaurus தெசாரஸ் எனப்படும் நூல் வகையைச் சேர்ந்தவை. இவை முறையே தெய்வப்பெயர்த் தொகுதி, மக்கள் பெயர்த் தொகுதி, விலங்கினப் பெயர்த் தொகுதி, மரப்பெயர்த் தொகுதி, இடப்பெயர்த் தொகுதி, செயற்கைவடிவப் பெயர்த் தொகுதி, பண்புப்பெயர்த் தொகுதி, செயல் பற்றிய பெயர்த்தொகுதி, ஒலி பற்றிய பெயர்த்தொகுதி என்றவாறு அமைகின்றன.

ஆங்கில மொழிகளில் Thesaurus என்னும் கருத்து விளக்கச் சொல் தொகுதி முதன்முதலாக 1752இல் Regets என்பவரால் செய்யப்பட்டது. தமிழில் தொன்மையான நிகண்டு நூல்களான திவாகரமும் பிங்கல நிகண்டும் முறையே 9ஆம் 10ஆம் நூற்றாண்டு

களில் செய்யப்பட்டன. எனவே கருத்துக்குச் சொல் தேடும் முயற்சி தமிழர்களின் பழைய வழக்கம் என்று தெரிகிறது.

அறியப்பட்ட எழுத்திலக்கியங்களைவிட நிகண்டு நூல்கள் காட்டும் தமிழ் அறிவுலகம் மிகமிகப் பெரியதாகும். பத்து வகையான பெயர்த்தொகுதிகளில் அவை மேலோர் வாழ்நிலைகளைவிட எளிய மக்களின் வாழ்க்கையிலிருந்து நிறைய செய்திகளை எடுத்துக் காட்டு கின்றன. அத்துடன் ஆய்வாளர்களுக்கு இன்றளவுமான பேச்சுத்தமிழ் மொழியினைப் புரிந்துகொள்ள அவைதவிர உதவி செய்யக்கூடிய இலக்கியக் கருவிகள் வேறு எவையுமில்லை. இந்நிகண்டு நூல்கள் சமய எல்லைகளைத் தாண்டியனவாக அமைகின்றன என்பதும் குறிப்பிடத்தக்கது.

ஒவ்வொரு தொகுதியிலிருந்தும் சில எடுத்துக்காட்டுகளைக் காணலாம். நிகண்டுகளைப் புரிந்து கொள்வதற்கு, இவை உதவும். இந்த எடுத்துக்காட்டுகள் திவாகரத்திலிருந்து மட்டும் இங்கே காட்டப்படுகின்றன.

தெய்வப் பெயர்களில் சிவன், திருமாலாகிய கடவுள்களோடு சமணசமயம் சார்ந்து அருகனுக்கு நாற்பத்து மூன்று பெயர்களையும் அடித்தள மக்களின் வழிபடுதெய்வமான காடுகாளுக்கு ஏழு பெயர்களையும் காளிக்குப் பதினான்கு பெயர்களையும் பகவதிக்கு இருபத்திரண்டு பெயர்களையும் திவாகரத்தில் காணலாம். நெருப்புக்கு 21 பெயர்கள். இரண்டாவதான மக்கட்பெயர்த் தொகுதியில் துறவிகள், அறிஞர்கள், அரசர்கள், பரிவாரங்கள் ஆகிய பெயர்களோடு மருத்துவர், குயவர், உப்பு விற்போர், சித்திரக்காரர் ஆகியோர்தம் பெயர்களையும் ஊன் வினைஞர், தோல் வினைஞர், பாணர், கழைக்கூத்தர், தமிழ்க் கூத்தர், வெறியாடுவோன், தேவராளன் கூத்தர் ஆகியோரின் பெயர் களையும் திவாகரம் பட்டியலிடுகின்றது. இதனால் நமது எழுத்திலக் கியங்களில் பெருமளவில் விலக்கப்பட்டோர் நிகண்டு நூல்களால் மதிக்கப்படுகின்றனர் என்பதை உணரலாம். ஏடாவும் 'ஏடி'யும் 'தோழி'யும் முன்னிலைப் பெயர்களாகின்றன. இவற்றோடு உடலுறுப்புகளின் பெயர்களும் பேசப்படுகின்றன. விலங்கினப் பெயர்த் தொகுதியில் விலங்குகளின் வகைகளுள் அவற்றின் இளமைப் பெயர்களும் தரப்படுகின்றன. ஆட்டின் பொதுப்பெயர்களைக் கூறிவிட்டு துருவாடு, வெள்ளாடு, வரையாடு என வகைமைப் பெயர் களையும் அடுக்கிச் சொல்லும் நிகண்டு நூல்களில் அடுத்ததாகக் குட்டிவகைப் பெயர்களையும் காணுகின்றோம். பறவைகளின் வகைகளைப் பேசிய பிறகு மயிலின் பெயரோடு மயில் பீலியின் பெயர், மயில் இறகு முடியின் பெயர், மயில் சிகைகளின் பெயர்களைக் கூறி மிக நுணுக்கமாக நத்தை, நண்டு, கரையான், புழு ஆகிய பெயர்களும் பட்டியலிடப்படுகின்றன. நாலாவது மரப்பெயர்த்

தொகுதியில் 70 மரங்களின் பெயர்கள் பேசப்படுகின்றன. பூமாலையின் வகைகளாக மட்டும் 27 குறிக்கப்படுகின்றன. ஐந்தாவதான இடப்பெயர்த் தொகுதியின் ஊரைக் குறிக்க 27 பெயர்கள். அவற்றில் ஒரு நூற்பா, கல்வியூரி, கல்லூரியாகும் என்கிறது. ஆறாவதான பல்பொருள் பெயர்த்தொகுதியில் உலோகங்கள், மணிகள், அலங்காரப் பொருட்கள் பட்டியலிடப்படுகின்றன. சோறு என்பதனை உணர்த்த 24 சொற்களும், கள்ளுக்கு 48 சொற்களும் காட்டப்பட்டுள்ளன. தமிழர்கள் மதுவை ஒழுக்கக்கோட்பாட்டைப் பொருத்திக் காண வில்லை என்பதற்கு இது சான்றாகும். தமிழில் 'சிற்றுண்டி' என்ற சொல் முதன்முதலாக இத்தொகுதியில்தான் காணப்படுகின்றது. பூரிகம்(பூரி), தோசை ஆகியவை அப்பவகை உணவுகளாகும் எனத் திவாகரம் கூறுவதும் சமகால இலக்கியங்களில் இச்சொற்கள் காணப் படவில்லை என்பதும் சிந்திக்கத் தகுந்தனவாகும்.

ஏழாவதான செயற்கை வடிவப் பெயர்த்தொகுதி ஆயுதங்களின் வடிவப்பெயர்களை முதலில் பேசுகின்றது. கழுமரத்தின் பெயரைக் 'கழுமுள்' என்று சொல்வதிலிருந்து இப்பொழுது வழிபடு பொருள் களாகத் தமிழ்நாட்டில் காணப்படும் கழுமரங்களின் வடிவத்தின் மூலம் அறியமுடிகிறது. பின்னர் பெண்களின் அணிகலன்களைப் பேசிவிட்டு இசைக் கருவி உறுப்புகளின் பெயர்களையும் நுட்பமாக அறியத் தருகின்றது. வீட்டில் பயன்படுத்தப்பெறும் பொருட்களான பாய், விளக்கு, நாழி, குடை, உரல் என்பவற்றோடு விளக்குமாறு, தலைச்சும்மாடு ஆகிய பெயர்களையும் இப்பகுதி பட்டியலிடுகின்றது. பண்பு பற்றிய பெயர்த்தொகுதி எட்டாவதாக, கணிதவியல் அறிஞர்க்கும் அழகியல் குறித்துப் பேசுவோருக்கும் ஓர் அரிய கருவூலமாகும். ஐம்பொறிகளின் நுகர்வு பற்றிய கலைச்சொற்கள் இப்பகுதிகளில் நிறையவே இடம் பெற்றிருக்கின்றன. ஒன்பதாவதான செயல் பற்றிய பெயர்த் தொகுதி மனிதவுடலின் எல்லா அசைவு களுக்குமான சொற்களைப் பட்டியலிடுகின்றது.

பத்தாவதாக அமைவது ஒலி பற்றிய பெயர்த்தொகுதி. இதில் இசைத்துறை சார்ந்த கலைச்சொற்கள் நூற்றுக்கணக்கில் இடம் பெற்றுள்ளன. இத்தொகுதி எழுத்தில்லாத ஓசைப் பெயர்களையும் பட்டியலிட்டுக் காட்டுகின்றது என்பது குறிப்பிடத்தக்க செய்தியாகும். ஒரு சொல் பல்பொருள் பெயர்த்தொகுதி என்பது பதினொன்றாவது. இது தமிழ் மரபுக் கவிதையினைப் புரிந்து கொள்வதற்குத் துணை செய்வதாகும்.

இவ்வகையில் திவாகர நிகண்டு 9500 சொற்களைப் பதிவு செய்து வைத்துள்ளது. பிங்கல நிகண்டு 14,700 சொற்களையும் சூடாமணி நிகண்டு 11,000 சொற்களையும் பதிவு செய்து வைத் துள்ளன. நிகண்டுகளின் பெருமையெல்லாம் அவை பெரும்பாலான

தமிழ் எழுத்திலக்கியங்கள் போல மேலோர் மரபு மட்டும் சார்ந்தவை யல்ல என்பதே. அவைதீக மரபுகளைத் தேடத் தொடங்கிய அயோத்திதாச பண்டிதருக்கு நிகண்டு நூல்களின் அருமை புரிந்தது. அதனால் அவர் தம் ஆய்வு நூல்களில் அடிக்கடி நிகண்டு நூல்களை மேற்கோள் காட்டுகிறார்.

கலகக்காரர்களும் எதிர்க்கலகக்காரர்களும்,
டி. தர்மராஜ் (தொ.ஆ)
கல்லாத்தி, திருநெல்வேலி.

சிறுகதை, நவீன மனிதனின் குரலாகக் கேட்கிறது

சோ. சிவபாதசுந்தரம், 'கௌதம புத்தர் அடிச்சுவட்டில்' என்னும் தன்னுடைய பயணநூல் வாயிலாகத் தமிழ் வாசகர்களால் அறியப்பட்டவர். அவ்வப்போது தமிழ் இதழ்களில் கட்டுரைகள் எழுதிவந்த சிட்டி (பெ. கோ. சுந்தரராஜன்) தி. ஜானகிராமனுடன் இணைந்து 'நடந்தாய் வாழி காவேரி' என்னும் பயணநூலை எழுதியவரும் ஆவார். சிட்டியும் சிவபாதசுந்தரமும் இணைந்து 1977இல், 'தமிழ் நாவல்: நூறாண்டு வரலாறும் வளர்ச்சியும்' என்றொரு நூலை எழுதி வெளியிட்டார்கள். இப்போது தமிழ்ச் சிறுகதைகளையும் 'அளந்து' அறிந்து எழுதியுள்ளனர்.

தமிழ்ப் படைப்பிலக்கியத் துறைக்கும் தமிழ்க்கல்வித் துறைக்கும் ஆன இடைவெளி தமிழ்நாட்டில் 20ஆம் நூற்றாண்டின் தொடக்கம் முதல் பெரிதாகிக்கொண்டே வந்தது. (பாரதிகூட தமிழாசிரியர் வேலையை மூன்று மாதக் காலத்தில் உதறியெறிந்து விட்டு வெளியிலே வந்த பின் 'அன்மொழித்தொகை சோறு போடாது; நெல்லுதான் சோறு போடும்' என்று தமிழாசிரியர்களுக்கு வழிகாட்ட முயன்றான், இந்த இடைவெளியை இட்டு நிரப்பப் பேராசிரியர்கள் சிலர் முயன்றனர். மதுரைப் பல்கலைக்கழகத்தில் பேராசிரியராக இருந்த முத்துச்சண்முகம் பிள்ளை இந்த இருவரையும் அழைத்து 1976இல் தமிழ் நாவல் குறித்தும், 1978இல் தமிழ்ச் சிறுகதை குறித்தும் பல் கலைக்கழகத்தில் உரையாற்ற வைத்துள்ளார். எனவே இந்த நூலின் நூலாசிரியர் இருவரும் 'பல்கலைக்கழக அங்கீகார முத்திரையை' அழுத்தமாகவே பதித்துள்ளனர்,

தமிழ்ச் சிறுகதையின் வரலாற்றை 1850 தொடங்கி வ.வே.சு. ஐயர்வரை, அடுத்து 1945 (புதுமைப்பித்தன்) வரை, அடுத்து 1960

வரை, அதன் பின்னர் என்று நான்கு காலகட்டமாக இவர்கள் பகுத்திருக்கின்றனர். 1989இல் வெளியிடப்பட்ட நூலில் 1978 வரை மட்டுமே வெளிவந்த சிறுகதைகளைப் பற்றிப் பேசுவது, பின் வந்தவற்றைப் பேசமறுக்கும் 'பெரிய மனுஷத்தனமாக' இருக்கலாம்; விமர்சனம் ஆகாது. நூலாசிரியர்களின் பின்னிரண்டு காலப்பகுப்பு களும் நாட்டு விடுதலைக்குப்பின் எழுந்த புதிய சூழ்நிலைகளில் பிறந்தவை. இந்தப் பகுப்பு முறைகளுக்கான நியாயங்கள் நூலாசிரியர் களால் சரிவரக் காட்டப்படவில்லை.

சிறுகதை என்பது புதிய தொழில் வளர்ச்சி காரணமாக விளைந்த சூழ்நிலைகளில் பிறந்த இலக்கிய வடிவமாகும். இந்தச் சூழ்நிலையில் சமூகத்தில் எழும் புதிய அலைகளினால் புரட்டி யெடுக்கப்படும் மனிதன், தான் இழந்ததையும் பெற்றதையும் சிந்திக்கிறான். பழைய சங்கிலிகள் இற்றுப்போக புதிய தளைகள் அவன் கால்களைச் சுற்றுகின்றன. எனவே இந்த வடிவத்தில் சலனம், அதிர்ச்சி, ஏமாற்றம், நம்பிக்கை, எதிர்ப்புணர்வு என எல்லாம் கலந்து நிற்கின்றன. எந்த நிலையிலும் அவன் உலக வாழ்க்கையை மறுதலிக்க முடியாதவனே. மண்ணுலக வாழ்க்கையிலிருந்து அவனால் பிரிந்து நிற்க இயலாது. எனவே "வாழ்க்கையின் குறுக்குவெட்டுத் தோற்றம் ஒன்றைக் கலைநயமும் சொல்லழகும் கொண்டதாகச் சித்திரித்தால் அதுவே சிறந்த சிறுகதையாகிறது" என்கிறார் ராஜம் கிருஷ்ணன்.

ஆயினும் இந்த நூலாசிரியர்களின் இலக்கியக் கொள்கை வித்தியாசமானது; அதிலே அவர்கள் 'மிகச் சரியாகவே' நின்றிருக் கிறார்கள். எனவே நூலில் திரும்பத் திரும்பப் பேசப்படுவதெல்லாம் சிறுகதையின் வடிவம்தான். 'வடிவ அமைப்புள்ள', 'வடிவ உணர் வுடன்' , 'சிறப்பான வடிவத்தில்' ஆகிய சொற்றொடர்கள் இந்த நூல் முழுவதும் விரவிக் கிடக்கின்றன. ஒரு படைப்பின் வடிவம் என்பது அதன் உள்ளார்ந்த தன்மையில் கால் கொண்டிருக்கிறது; உள்ளடக்கத்தின் செம்மை வடிவத்தில் விளங்கி நிற்கிறது. ராஜம் கிருஷ்ணனின் கருத்திலே வெளிப்படுவதுபோல ஒரு மரத்தின் குறுக்குவெட்டுத் தோற்றம், அதன் உள்ளார்ந்த தன்மையானது வேதியியல், உயிரியல் மாற்றங்களை உள்வாங்கிக்கொண்ட முறை யினை வெளிப்படுத்துகிறது. அந்த அனுபவமும் புறச் சூழ்நிலைகளும் கூடி வினைப்பட்டு அது ஒரு வடிவத்தினைப் பெறுகிறது. நிச்சயமாக அந்த வடிவம் மூளியாக நிற்பதில்லை; சதுரமாகவோ செவ்வகமாகவோ வக்கிரப்படுவதும் இல்லை. உள்ளடக்கத்தின் தன்மைக்கும் வடிவத் திற்குமான இந்த உறவை நூலாசிரியர்கள் மிகச் சௌகரியமான முறையில் மறந்து போய்விட்டார்கள். எனவே நூல் முழுவதும் 'வடிவழகிய' புராணமாகத் தோற்றமளிப்பது தவிர்க்க முடியாததாகி விடுகிறது. "சிறுகதையின் இலக்கியத்தரம் வடிவ முழுமையைச்

சார்ந்திருப்பதால், அண்ணாதுரையின் படைப்புகள் ஆழ்ந்த மதிப்பீட்டுக்குத் தகுதியானவை," என்று முத்தாய்ப்பு வைக்கும் இடத்தில் நூலாசிரியர்களின் இலக்கியக் கோட்பாடு வாசகர்களுக்குத் தெளிவாகிவிடுகிறது. இந்த வகையான கோட்பாடு காரணமாகவே இவ்வரலாற்று விமர்சன நூல் பல 'விபத்துக்களைச்' சந்தித்து ஒரு தகவல் களஞ்சியமாக மாறியிருக்கிறது.

நூலாசிரியர்களின் 'முதிர்ச்சி' காரணமாக இந்தத் தகவல் களஞ்சியமும் முழுமையடையவில்லை. 368 பக்கங்களில் அமைந்த இந்த நூலில் 'தூரன்' என்ற பெயர் எப்படி விடுபட்டுப் போக முடியும்? மாலன், பாலகுமாரன், பிரபஞ்சன், சுப்பிரமணிய ராஜு ஆகியோர்களின் பெயர்கள் குறிப்பிடப்படும் பொழுது இந்தப் பட்டியலில் 'பூமணி'யின் பெயர் இல்லாமல் போனது எப்படி? இத்தனைக்கும் எழுபதுகளில் மாலன், செயப்பிரகாசம், சுப்பிரமணிய ராஜு ஆகியோரின் கதைகள் வெளிவந்த அதே 'கண்ணதாசன்' இதழ்களில் பூமணியின் சிறுகதைகளும் வெளி வந்தனவே. வேலையில்லாத இளைஞர்களின் மனநிலையைச் சித்திரிக்கும் கதைகளை எழுதியதாக 'வண்ணநிலவன், பிரபஞ்சன், வீர. வேலுசாமி மூவரும்' என்று குறிப்பிட்டுவிட்டுப் போகிறது. வேலையில்லாத இளைஞனின் சிந்தனைப்போக்கை விளக்கும் 'கிழிசல்' கதை மாணவர்களின் பாடப் புத்தகத்தில் இடம்பெறாமல் போனது, இந்த நூலின் வரலாற்றுத்தன்மையைக் கேள்விக் குறியாக்குகிறது.

இன்னுமொரு செய்தி, தனிநபர்களின் பெயர்கள் விடுபட்டுப் போனதற்கான சமாதானம் செல்லுபடியாகாத மற்றுமொரு இடமும் இந்த நூலில் உண்டு. தமிழ்ச்சிறுகதை வரலாற்றில் 'மணிக்கொடியை விட அழுத்தமாக நினைக்கப்பட வேண்டிய பத்திரிகை 'தாமரை' ஆகும். நூலாசிரியர்களின் அங்காந்த பார்வைக்குரிய பெருமையான 'பல்கலைக்கழக ஆய்வுப் பெருமை'யும் தாமரை இதழுக்கு நிறையவே உண்டு. எழுபதுகளில் கவனத்தைக் கவர்ந்த இளம் எழுத்தாளர்கள் பலருக்குப் பயிற்சிக்களமாகத் தாமரை அமைந்தது என்பது தமிழ்ச் சிறுகதை வரலாற்றில் மறைக்க முடியாத உண்மையாகும். கால் நூற்றாண்டுக் காலமாகத் தமிழ்ச் சிறுகதைக்குப் பணியாற்றிய 'தாமரை'யைப் பற்றி ஒருசொல் இந்த நூலில் இல்லை என்பது வியப்புக்குரிய செய்தியல்ல, ஏனென்றால் தாமரைக்குப் 'புருஷ பார்வை' தவிர 'அரச பார்வை' கிடையாது,

தமிழ்ச் சிறுகதையின் வரலாற்றைப் பற்றி அவ்வப்போது எழுத வந்த எல்லோருக்கும் 'மணிக்கொடி' பற்றிய ஒரு மயக்கமே உண்டு. "மணிக்கொடியின் பல்வேறு கட்டங்களில் எழுதியவர்கள் யாவரையும் ஒன்று சேர வைத்துப் பார்த்தல் கூடாது. மணிக்கொடிக் காலத்தில் எழுத ஆரம்பித்து, அதற்கு வெகுகாலத்திற்குப் பின்னரே சிறுகதையின்

வளர்ச்சிக்கு உதவும் வகையில் எழுதும் முதிர்ச்சி பெற்றோர் பலர் இருக்கின்றனர்" என்று கூறுவார் சிவத்தம்பி. நூலாசிரியர்கள் இருவருக்கும் பிற்காலத்திய மணிக்கொடியோடு சிறிது தொடர்பு இருந்திருக்கிறது. அந்தத் தொடர்பு தந்த மயக்கம் இந்த நூலுக்குள்ளும் மணிக்கொடிப் புராணத்தை அரங்கேற்றியிருக்கிறது.

தனித்தனியாகச் சிறுகதை எழுத்தாளர்களின் படைப்பாற்றல் குறித்து, இந்த நூலாசிரியர்களின் கருத்தைத் தொகுத்துப் பார்ப்பது அவர்களின் முகங்களை விளங்கிக்கொள்ள நமக்குதவும். பா. செயப் பிரகாசத்தின் காடு, கிராமத்து இராத்திரிகள், இரவுகள் உடையும் ஆகிய சிறுகதைத் தொகுதிகள் நூலாசிரியர்களின் பார்வைபெறும் புண்ணியத்தோடு பிறக்கவில்லை, 'ஒரு ஜெருசலேம்' தொகுதியிலுள்ள 'அம்பலக்காரர் வீடு' என்ற கதையை மட்டும் எடுத்துக்காட்டி விட்டு நூலாசிரியர்கள் எழுதுகின்றனர். "இந்தக் கதையில் அமைப்பு நல்ல வடிவ உணர்வுடன் காணப்படுகிறது". செயப்பிரகாசத்தின் பல கதைகள் 'ஒரு ஜெருசலேம்' என்ற தொகுதியில் காணப்படுகின்றன.

இப்படி ஒரு வரலாற்று விமரிசன நூலைப் பெறுவதற்குத் தமிழிலக்கிய உலகம் தவம்செய்திருக்க வேண்டும்.

சுந்தர ராமசாமியின் தொடக்ககாலச் சிறுகதைகள் பற்றி நூலாசிரியர்களின் மதிப்பீடு இது:

"முற்போக்கு அணியில் கண்ட சமுதாய நோக்கில் இரண்டொரு கதைகளை எழுதியபின் கவிதைகளும் சில கட்டுரைகளும்தான் அப்போது அவருக்குப் பழக்கமான இதழ்களில் எழுதிவந்தார்."

மேற்குறித்த வரிகளிலே தெறிக்கிற அலட்சிய மனோபாவம், சராசரித் தமிழ் வாசகனின் மீதுள்ள நூலாசிரியர்களின் அபிப்பிராயம் ஆகும்.

புதுமைப்பித்தனின் சிறுகதை மேதைமையை இவர்கள் தவிர்க்க முடியாமல் ஒத்துக்கொண்டாலும் (ப. 121) "புதுமைப்பித்தன் சிருஷ்டிகளில் வடிவ வகைகள், உத்தி வேறுபாடு, தத்துவச் செறிவு, உணர்ச்சிச் சாயல்கள், பொருட்செழுமை, சிந்தனைப்போக்கு, சொல்லாட்சி, கலைநோக்கு, பற்றின்மை முதலிய அம்சங்கள் தற்காலத் தமிழிலக்கியத்தில் வேறொருவரும் துணிந்து கையாளாத வகையில் விரவிக்கிடப்பதைக் காணலாம் (ப. 120)' என்பதுதான் இவர்களுடைய ஒட்டுமொத்த மதிப்பீடாகும்.

'சாப விமோசனம்' கதையில் எல்லோரையும் போல அகலிகையின் கற்பை விவாதப் பொருளாக்காமல், இராமனின் சாப விமோசனம் கொடுக்கும் தகுதியையே கேள்விக்குறியாக்கி இருக்கிறார், புதுமைப் பித்தன். இந்தக் கதையைப் படித்துவிட்டுப் புராணக் கதைகளைத் தம் விருப்பப்படி மாற்றக்கூடாது என்ற 'நீதி'யை வலியுறுத்தக்

கலைமகளில் 'அகலிகை கதை' என்ற சிறுகதையை இராஜாஜி எழுதினார் என்பது நூலாசிரியர்கள் தரும் புதிய செய்தியாகும். டெல்லிப் பல்கலைக்கழக ஆராய்ச்சியாளர் ஒருவர் துணையோடு புதுமைப்பித்தன் 'இலக்கியத் திருட்டு நடத்தினார் என்று அந்த நூலாசிரியர்கள் "தெளிவாக (!) நிறுவ முயன்றிருக்கிறார்கள். தொ.மு.சி. இரகுநாதன் எழுதிய 'புதுமைப்பித்தன் வரலாற்றில்' இலக்கியத் திருட்டுப் பற்றித் தமிழர்களுக்குப் புதுமைப்பித்தனே முதலில் எடுத்துக் கூறினார் என்ற செய்திக்கு இவர்கள் மறைமுகமாக மறுப்புரையை வழங்குகிறார்கள் என்பதும் எதையோ செரிக்க இயலாமல் திணறும் இவர்களின் முகமும் நுணுகிப் படிப்பவர்களுக்குப் புரியும்.

கடைசியாக இராஜாஜியின் சிறுகதைகள் பற்றிச் சிறப்புச் சொற்பொழிவாற்றிய தலைசிறந்த திறனாய்வாளரான கைலாசபதி 'கலையழகு குன்றியவை' என்று குறிப்பிட்டதை எடுத்துக்காட்டி– "படைப்பிலக்கியத்தில் கலையம்சம் முக்கியமானதென்பதைக் காலகதியில் முற்போக்குவாதிகள் ஒப்புக்கொள்ள வேண்டி வந்தது என்பது மேற்கண்ட கூற்றிலிருந்து நிரூபிக்கப்படுகிறது"–என்று எழுதி இந்நூலின் நோக்கத்தைக் கம்பீரமாகச் சுட்டிக்காட்டி முடித்திருக் கிறார்கள்.

இந்நூல், இலக்கணச் சுத்தமாக மேல்தட்டு மனோபாவத்துடன் நமக்குத் தரப்பட்டுள்ள தகவல் களஞ்சியம்.

பாலம்

அறம் / அதிகாரம் ஒரு பார்வை

கடந்த இரண்டு நூற்றாண்டுகளாக மேற்குலகத்தின் அனுபவ விரிவு சில புதிய காற்றுகளைக் கிழக்கு நோக்கி அனுப்பி வைத்திருக்கிறது. அவை கொண்டுவந்த செய்திகள் இந்திய/ தமிழகப் பண்பாட்டைப் புதிய கோணங்களில் காணவும் காட்டவுமான பார்வைகளை நமக்குத் தந்திருப்பதும் மெய்தான். இப்போது வந்துள்ள செய்தி 'பின்நவீனத்துவம்'; அறிவொளிக் காலத்தின் பாதிப்பிலிருந்து இன்றும் விடுபடாத ஒரு சமூகத்துக்கு இது தேவையே. இயற்கை உரங்களின் அருமையைப் பேசுகின்ற தொலைக்காட்சி நிகழ்ச்சியில் அடுத்ததாகப் பசுமைப்புரட்சியின் பிதாமகர்கள் சி. சுப்பிரமணியமும் எம்.எஸ். சுவாமிநாதனும் பாராட்டப்படுகிறார்கள். பெர்லின் சுவரைப் போல பெரிய சுவர் ஒன்று இருந்தால் முட்டிக்கொண்டே தகர்த்து விடலாம்.

ஒற்றை நேர்கோட்டுப் பார்வையிலேயே எல்லாவற்றையும் பார்த்துப் பார்த்து ஏமாந்து, சலித்துப்போன பின் தமிழ் இலக்கியப் படிப்பாளிகளுக்கும் திறனாய்வாளர்களுக்கும் நிறைய கேள்விகள் மிஞ்சியிருக்கின்றன. மரபுவழிப் பார்வைக்கு மறு பார்வையும் புதிய பொருள்கோடலும் இந்த ஏமாற்றத்தின் பின்வந்த தேடலின் விளைவாக நல்ல விளைவாக நமக்குக் கிட்டியிருக்கின்றன.

அப்படிப்பட்ட 'மறுபொருள் கோடல்' முயற்சியை ராஜ் கௌதமன் செய்திருக்கிறார். காலங்காலமாக மையத்தின் அருகே நெருங்கவிடாமல் புறந்தள்ளப்பட்ட ('விளிம்பு நிலை' என்ற சொல் லாட்சியில் உடன்பாடில்லை) மக்கள் திரளின் பார்வையிலே 'தலித்திய சாத்தியப்பாடாக' அம்முயற்சியைத் தொடங்கியிருக்கிறார். ஃபூக்கோ ஒருதலையாக, நீட்சே மறுதலையாக அவரது தேடலுக்கு உதவியிருக்கின்றனர்.

புதுவகை மூலதனத்தோடும் சுரண்டலோடும் நெருங்கிய தொடர்புகொண்டிருந்த மேற்குலகம் பெற்ற அனுபவங்களின் வெளிப் பாடுகளில் மார்க்ஸும் உண்டு, நீட்சேயும் உண்டு. தமிழிலக்கிய ஆக்கத்தில் இருபது நூற்றாண்டுகளாக அதிகாரம் குறுக்குவெட்டாகப் பாய்ந்த கதையை இந்த இருவரது துணைகொண்டு அளக்க முற்படுதல் பாவகாரியமாகாது. அதிகார உருவாக்கமும் நிலைபேறும் மனிதனின் மனமொழி மெய்களைக் கட்டியாண்ட கதை சுவையானது. வரி வாங்குபவனை 'இறைவன்' என்று குறிப்பிட்ட வள்ளுவரின் சிந்தனையை ஆண்டது எது? உடலும் மனமும் குலுங்க வாய்விட்டுச் சிரிக்கும் பெண்ணைத் தடை செய்தது எது? என்ற சிந்தனை தமிழிலக்கிய வரலாற்றில் குறுக்குவெட்டாகப் பாய்கின்றபோது நமக்குப் புதிய செய்திகள் கிடைக்கின்றன.

இனக்குழுக்கள் வன்முறைக் கருவிகளால் ஒடுக்கப்பட்டு அல்லது தம்முள் கரைக்கப்பட்டு சேர, சோழ, பாண்டிய அரசுகள் உருவாயின. அந்த அரசுருவாக்கத்துக்குத் தேவையான வருணாசிரம சித்தாந்தம் வடக்கிலிருந்து வந்தது. வடக்கே வருணாசிரமத்தைத் தாக்கிவிட்டுத் தெற்கே குடிவந்திருந்த சமண, பௌத்த சித்தாந்தங்கள் வாணிகப் பெருக்கமில்லாத இடத்தில் அரசுருவாக்கத்துக்குப் போதிய அளவு துணை செய்ய இயலவில்லை. எனவே நிலவுடைமையோடு கூட்டுச் சேர்ந்த வருணாசிரமம் சமண, பௌத்தங்களை (உருவாகி வந்த அதிகார மையங்களின் துணையுடன்) மோதித் தூக்கியெறிந்தது. அந்த இடத்தில் அதிகார மையத்தின் பண்பாட்டுத் தளத்தில் தன்னைத் தக்கவைத்துக்கொண்டது. காலனி ஆதிக்கத்தின் தொடக்க காலம்வரை அதனை எள் முனையளவு கூட அசைத்துப் பார்க்கப் பெருவாரியான மக்கள் திரளுக்குச் சக்தியில்லாமல் போயிற்று.

அறங்களை முற்றிலும் புறவயமாக அணுகும் நிலைப்பாட்டை எடுக்க முடியாது என்ற இடத்திலிருந்து தன்னுடைய 'பொருள்கோடல்' முயற்சியைத் தொடங்கும் ராஜ் கௌதமன், சொல்லும் நாவும் கட்டுப்படுத்தப்பட்ட நிகழ்வினை முதலில் விளக்குகிறார். பின்னர் உடலுறுப்புகள் ஒவ்வொன்றும் அதிகாரக் கட்டமைப்புக்கு உட் படுத்தப்படும் கதையினைக் கூறுகிறார். கல்வியறிவு–குறிப்பாக எழுத்து மரபில் பதிவு செய்யப்பட்டது – பொருள் இகந்த உண்மை களையும் மத உண்மைகளையும் உள்ளடக்கமாகக் கொண்டிருந்தது என்ற சரியான முடிவுக்கு வருகிறார். ஈகை, ஏற்றல் ஆகியவற்றின் பின்புறமாக ஆன்மீக அதிகாரம் தொனிப்பட்டதென்பது உண்மை தான். சிறியதாயினும் உரிய காலத்தில் செய்யப்பட்ட உதவி உலகத்தைவிடப் பெரியது என்ற வள்ளுவர் சிந்தனை இந்த இடத்தில் மறுபரிசீலனைக்குரியதாகின்றது.

நூலின் உட்பகுதியில் காலப் பரிமாணம் சரியாகவே அமைந் திருக்கின்றது என்பதற்கு இனக்குழு வாழ்க்கை முறையும், வீரயுக

வாழ்வின் அம்சங்களும் மூவேந்தரின் முடியாட்சி முறையும் கலந்திருந்த சங்ககாலத்தில், சமண பௌத்த வைதீக மதங்களின் வினைக் கோட்பாடு தமிழ்ச் சமுதாயத்தின் ஆதிக்கப்பகுதிக்கு நன்கு அறிமுகமாகிவிட்டது என வரும் பகுதி அடையாளமாகும். சமண – பௌத்த மதங்கள் கடவுள் என்ற ஒரு தனிப்பொருளின் (ஈஸ்வரத் தத்துவம்) இருப்பை ஏற்றுக்கொள்வதில்லை. ஆனால் அவர்களின் 'மறுபிறப்புக் கோட்பாடு' வைதீகத்தால் தன்மயமாக்கப் பட்டுச் சாதிப்படி நிலையை நிரந்தரமாக்கிவிட்டது. இந்த இடத்தில் (ப. 103) ராஜ் கௌதமனின் கணிப்பு வரலாற்றுணர்வோடு அமைந் திருக்கின்றது. இந்த நேரத்தில் அவரது கருத்தை வலியுறுத்த இன்னொன்றையும் சொல்லியாக வேண்டும். வைதீகம் தன்மயமாக்கிக் கொண்ட சமண – பௌத்த கோட்பாடுகளில் மற்றொன்று கழுவாய் (பிராயச்சித்தம்) என்பதாகும்.

ஈஸ்வரனது இருப்பை மறுத்துவிட்ட காரணத்தால் சமண– பௌத்தர்கள் கழுவாயினை உலகியலுக்கு உரியதாக ஆக்கி வைத் திருந்தனர். ஆனால் அதைத் தன்வயப்படுத்திய வைதீகம் புனித நீராடலாகவும் தேவர்க்கும் பார்ப்பனர்க்கும் பொருள் கொடுப்ப தாகவும் சுருக்கிவிட்டது. கழுவாய்க் கோட்பாடு பழைய வழிபாட்டு நெறிகளில் குறுக்குவெட்டாகப் பாய்ந்து தனக்கென நிலையான ஓர் இடத்தைப் பிடித்துக்கொண்டது.

தமிழிலக்கியத்தில் ஆண்டாளின் பாடல்களைச் சரியாக இனங்கண்டுகொண்டவர்கள் மிகச் சிலரே. "ஆண்டாள் பாடல்களில் குமுறும் உணர்வு சோகம்தான்" (ப. 182) என்பது மறுபொருள் கோடலுக்குச் சரியான எடுத்துக்காட்டாகும். கீழ்ப்படிதல் என்ற ஒழுக்கக்கோட்பாட்டின் உருவாக்கத்தில் எதிர்ப்புறமாக வன்முறை உணர்வு ஊடாடிக் கிடப்பதையும் அது அரச வன்முறைக்குச் சட்டத் தகுதியை ஏற்படுத்துவதையும் புறம் முப்பத்து நான்காம் பாட்டின் வழி விளக்க முயல்வது ஏற்கக் கூடிய வகையிலே அமைந்துள்ளது.

ஒழுக்கவாதம் பற்றிய பார்வைகள் அதிகாரத்தோடு கூடி வளர்வதற்கு முன்புள்ள கால எச்சங்கள் சில, சங்க இலக்கியங்களிலே காணப்படுகின்றன. அங்கிருந்து தொடங்கிக் காலங்காலமாக ஒழுக்கப்பார்வைகள் மேலும் மேலும் இறுகிக்கொண்டே போகின்ற செய்தியை இன்னும் காவிய வரலாற்றுணர்வுடன் பார்க்க வேண்டிய தேவை நமக்கிருக்கிறது. எனவே முதல் முயற்சி என்கிற 'கனிவான' பார்வையில் ராஜ் கௌதமன் நூல் வரவேற்கப்பட வேண்டும்.

பெருவாரியான மக்கள் திரள், பண்பாட்டுத் தளத்தில் கொஞ்சம் கொஞ்சமாக ஒடுக்கப்பட்ட கதையினைத் தமிழிலக்கியங்கள் பக்கம் பக்கமாக வரைந்து தள்ளியிருக்கின்றன. இந்தப் பக்கங்களில் சிலவற்றை ஒவ்வொன்றாகப் புரட்டிக் காட்டுகிறார் ராஜ் கௌதமன்.

எதிர்தலையில் நின்று கேட்கப்படும் மற்றொரு கேள்விக்கும் நாம் பதில் சொல்லியாக வேண்டும். இனக்குழு வரைவு, அரசுருவாக்கம், அரசர் வணிகர் உறவு, பார்ப்பன வேளாளர் கூட்டணி, வைதீக வளமை என்று பார்த்துக்கொண்டே செல்வதும் ஒற்றைப் பரிமாணப் பார்வைதானே? இந்த நேர்கோட்டுப் பார்வை எல்லைக்குப் புறம்பாகச் சமூகம் இயங்கவேயில்லையா என்பது மாதிரியான கேள்விகள் எளிதில் தள்ளிவிடக் கூடியன அல்ல. இந்த இடத்தில் 'நூலின் எல்லை' பற்றிய விவாதம் தொடங்குகிறது.

எல்லாவற்றிலும் மறுபொருள் தேடும் முயற்சியில் ஈடுபடும் போது, மரபுவழிப்பட்ட தமிழ்ப் புலவர்கள் தந்த காலவரிசையினை அப்படியே பின்பற்றுதல் என்பது ஓட்டக்காரனின் காலில் தளையாகப்படுகிறது. இந்த இலக்கியங்களின் 'பிரதியின் ஏற்புடைமை', இவற்றின் 'கால ஏற்புடைமை' ஆகியவை பெருத்த விவாதத்திற் குரியவை. அகநானூற்றையும் திருக்குறளையும் பரிபாடலையும் ஒரே கால எல்லைக்குள் அடக்க முடியுமா? இந்த நெடிய இலக்கியப் பரப்பில் உள் முரண்கள் ஏதும் தோன்றவேயில்லையா? சைவ சமயத்துக்குள்ளிருந்து ஒரே காலத்தில் வெளிவந்த 'கவுணியர்கோன் ஞானசம்பந்தன்' என்ற தன் அறிமுகக் குரலும் 'கோத்திரமும் குலமும் கொண்டென் செய்வீர்' என்ற குரலும் நேர் எதிர்முனையாகத் தெரிகின்றனவே இதற்கான காரணம் என்ன? நூலுக்குள்ளே விடையில்லாத கேள்விகள் இது போலும் நிறைய.

'இரப்பவர்க்கு ஈயவைத்தார் ஈபவர்க்கருளும் வைத்தார்' என வரும் அப்பர் தேவாரப் பாடலைச் சாமர்த்தியமாக மேற்கோள் காட்டி 'அறத்துக்கு மூலம் வைதீகம் என்கிறது' (ப.52) என்கிறார் ராஜ் கௌதமன். இப்பாடலின் அடுத்த அடி, "கரப்பவர் (மறைப்பவர்) தங்கட்கெல்லாம் கடுநரகங்கள் வைத்தார்" என்பதாகும். சமநிலை அழிந்துபோனால் ஆபத்து காத்திருக்கின்றது என்று சிலருக்கு அச்ச மூட்டும் இந்தப் பாட்டு வைதீகம் ஆகாது. வைதீகம் என்ற சொல்லை வேதத்தின் தலைமையைக் கொள்கையளவில் ஒத்துக்கொண்டவர்கள் மீதெல்லாம் திணிக்க இயலாது. வைதீகம் என்பது வேதத்தை மட்டுமே 'சுத்த சுயம்பு'வாகக் கொண்டு பொருண்மை நிராகரிப்பையும் பார்ப்பன மேலாண்மையினையும் ஒருசேர முன்வைக்கும் தத்துவ மாகும். பார்ப்பனர்களின் சந்தியா வந்தனம் என்ற அடிப்படையான வைதீக வழக்கத்தைப் பார்ப்பனருடன் நின்றுகொண்டே அப்பர் கண்டிக்கிறாரே? அதனை எப்படிப் பொருள் கொள்வது?

தமிழிலக்கியப் பரப்பில் அதிகார எதிர்ப்புக் குரலாக, நிறுவன எதிர்ப்புக் குரலாகக் குறைந்தது இரண்டு நூற்றாண்டுகாலம் சித்தர்களின் முழக்கம் கேட்கிறது. நாம் இன்னமும் கழற்றிக்கொள்ள முடியாத "வேதமாயை"யிலிருந்து விடுபடத் துடித்த முதற்குரலாக வரலாற்றில் அவர்களுடைய குரலையே கேட்க முடிகிறது. அதிகார

மையங்களுக்கு எதிரான அவர்களது பாடல்கள் மடங்களிலிருந்து தொகுக்கப்படவில்லை. பெருவாரியான ஒடுக்கப்பட்ட மக்களே அப்பாடல்களுக்கு உ.வே.சா.க்களாகத் திகழ்ந்திருக்கின்றனர். சித்தர்களது குரல்களை எதிர்கொள்வதற்குரிய வலிமை தமிழ் நாட்டில் நிலவிய அரசதிகாரத்தால் இயலாமற் போயிற்று. 'நாதசித்த வழிபாடு' என்ற பெயரில் சித்தரமரபோடு பண்பாட்டுச் சமரசம் செய்துகொள்ள முன்வந்த வேளாளரின் குரல் அதன் பின்னர் அதிகாரக் குரலாகத் தமிழக வரலாற்றில் ஒலிக்கவில்லை. வேளாளரைப் புறந்தள்ளிவிட்டுப் புதிய, பிறமொழியாளரான, அதிகார மையத்தை வருணாசிரமம் இங்கே கொண்டுவந்து தன்னை நிலை நிறுத்திக் கொண்டது. இசுலாமியத் தாக்குதலில் வடநாட்டில் பௌத்தம் அழிந்துபோக, வருணாசிரமம் தாக்குப் பிடித்த கதையினை அம்பேத்கர் விரிவாகச் சொல்லுவதனை இங்கே நினைவிலே கொள்ள வேண்டும். வைதீகம் இங்கே பார்ப்பனியத்தின் காவல் கோட்பாடாக மட்டுமே இருந்தது. வருணாசிரமமே (விசயநகரப் பேரரசர்களால்) இங்கே இந்துத்துவத்திற்குக் கால்கோள் இட்டது என்பதே வரலாற்று உண்மை.

"இலக்கியப் பிரதிகள் புனைந்து கூறும் வரலாற்றைச் சரி பார்த்துக்கொள்வதற்கான அறிவுச் சொல்லாடல்கள் கிடைக்கவில்லை" என்பதனால் "குறியீட்டு ஒழுங்கின் ஓரங்கமான இலக்கியப் பிரதியை மட்டும் வைத்துப் பொருள் கோடல் செய்ய வேண்டியுள்ளது" என்கிறார் ராஜ் கௌதமன். நமக்கு எழும் கேள்விகள்: இந்த அறிவுச் சொல்லாடல்கள் மட்டும் ஒரு சமூகம் உயிர்த்தும் இருந்தும் வாழ்ந்தும் வந்த தடயங்களை முழுவதும் காட்டிவிடுமா? அல்லது கையில் கிடைக்கும் கருத்தியல் தளங்கள் சமூகத்தின் பெருவாரியான மக்களின் வாழ்வை முழு வலிமையுடன் ஒழுங்கு செய்தவை எனச் சொல்லிவிட இயலுமா? காலங்காலமாக நூற்றுக்குத் தொண்ணூறு பேர் புலால் உண்ணும் தமிழ்ச் சமூகத்தை இந்த எழுத்துப்பிரதிகளை மட்டும் நம்புபவர்கள் 'புலால் வெறுக்கும் சமூகம்' என்றுதானே கருத முடியும்? முழுமையான பார்வைக்கு வரலாற்று ஆதாரங்கள் தேடிப் புறப்பட்ட ஆய்வாளர்கள் எத்தனை பேர்? இந்த எழுத்துப் பிரதிகள் காட்டுவதாக ராஜ் கௌதமன் முன்வைக்கும் கருத்தியலுக்கு மாறான தடயங்களை ஒவ்வொரு கட்டத்திலும் பெருவாரியான மக்களின் வாழ்வியற் சடங்குகளிலிருந்து காட்ட முடியும். வீட்டுச் சடங்குகள், சாதிச் சடங்குகள், கோயிற் சடங்குகள், நடைமுறைகள், பழமொழிகள் எனச் சொல்லாடலுக்கு வெளியிலும் உள்ளுமாகத் தமிழ்ச் சமூகம் வெளிப்படுத்தும் கருத்தியலுக்கும் அறிவுச் சொல்லாடல்களுக்கும் இடையிலுள்ள வெளி தனியாக அளந்தறியப்பட வேண்டிய பெரும் பரப்பாகும். அவ்வெளியினை அணுகி அறிந்தால் மட்டுமே நமது புரிதல் முழுமையாகும். இல்லையென்றால் 'விதவை மறுமணக் கோட்பாடே பெரியாரின்

கண்டுபிடிப்புத்தான்' என்றுகூட வாதாடும் கருத்து வறட்சியாளர்களுடன் நாமும் கைகோத்துக் கொள்ள வேண்டியது வரும்.

அடுத்து, தமிழிலக்கியத்தின் நெடிய பரப்பினை முழுவதும் அறிந்த கருத்தியலாளர்கள் நம்மிடையே மிகக் குறைவு. அப்படி ஒரு பாவனையைத்தான் தமிழாசிரியர்கள் பலர் கொண்டுள்ளனர். ஆனால் தமிழிலக்கியப் பரப்பினைக் குறுக்காக விசாரிக்க நமக்குப் போதிய நூல்கள் இருக்கின்றன என்ற உண்மையினையும் நாம் மறந்துவிடுவதற்கில்லை.

'மடிவாய்' குறித்து ராஜ் கௌதமன் கூறுவது மேற்கோள் அளவில்கூட ஏற்கத்தக்கதல்ல. 'மடிவாய் இடையர்' என்பது கால் நடைகளை ஒழுங்குபடுத்தும் சீழ்க்கை ஒலியாகவே சங்க இலக்கியங்களில் குறிப்பிடப்பட்டுள்ளது. 'நிறை எனப்படுவது மறை பிறர் அறியாமை' என்பது காதல் உறவு பற்றிய செய்தியே (பக். 17) அகத்திணைக் கலைச்சொல்லான 'நிறை' அண்மைக் காலம் வரை 'நிறையழிஞ்சவ' என்ற வசவுச் சொல்லாகவும் வழங்கிவந்தது. இதனைப் புறவாழ்க்கைக் களத்தில் பொய், பொய்சாட்சி கூறாமை என்று பொருள் விரித்துக்காட்டுவதனை ஏற்க முடியாது. அதுபோலவே ஓர் இலக்கியப் பிரதியினைப் பற்றிய முழுமையான பார்வை இல்லாமல் பெரியாழ்வார் பாடலைக் கருத்துரைக்கிறார் ராஜ் கௌதமன். "சரி, கதைக்கு வருவோம். பெரியாழ்வாருக்கு மனிதப் பிறவி, உடல்மீது ஏகப்பட்ட கோபம். சீழ், மண், மலம், ஊத்தைகொண்ட இந்த உடல் மீது ஈ மொய்ப்பதை அருவருப்புத் தோன்றும்படி வருணிக்கிறார். இப்படிப்பட்ட உடலை உடைய குழந்தைகளுக்குப் பெற்றோர் ஆசையாகக் கண்ணன் என்று கடவுளின் பெயரை வைப்பதை இவரால் தாங்கிக்கொள்ள முடியவில்லை – 'ஊத்தைக் குழியில் அமுதம் பாய்வது போல் உங்கள் மூத்திரப் பிள்ளையை என் முகில் வண்ணன் பேரிட்டு ஆடித்திரிமினோ' என்று கோபித்துக்கொள்கிறார்" என்றெழுதுகிறார் ராஜ் கௌதமன் (பக்.122).

இத்தகைய தவறான மேற்கோள்கள் எழுத்தின் மீதான நம்பிக்கையைச் சிதைத்துவிடும். மேற்கோள் காட்டப்பெற்ற பாடல் மட்டுமன்று அந்தப் பதிகத்திலுள்ள பத்துப் பாடல்களும், 'பிள்ளைகளுக்குக் கண்ணன் பேரை இடுங்கள்' என்று வேண்டும் (சீரணிமால் திருநாமமே இடத்தேற்றிய) பாடல்கள் ஆகும். சிக்கல் இத்தோடும் அமையவில்லை. சமணத்தின் தாக்கத்தினால் மனித உடலின் அழுக்கைச் சொல்லி வெறுப்பேற்றுவது தமிழிலக்கியத்தில் இருபதாம் நூற்றாண்டுவரை பதிந்துபோன மரபாகும். இந்த இலக்கிய மரபினை எதிர்க்கும் முதற்குரலை அது எவ்வளவுதான் வலிமை குறைந்ததாக இருந்தாலும் – பெரியாழ்வாரே ஒலிக்கிறார்.

> பூணித் தொழுவினில்புக்குப்
> புழுதியளைந்த பொன்மேனி
> காணப் பெரிதும் உகப்பன்

என்று மாட்டுத் தொழுவிலே வேலை செய்து வந்தவனது உடற்புழுதியை அவன் தாய் கொண்டாடுகிறாள். புழுதியோடு 'மூத்திரமும்' பெரியாழ்வாருக்குப் பாடு பொருளாயிற்று. தெருவிலே விளையாடும் குழந்தை சிறுநீர் கழித்துவிட்டு, தாயின் நினைப்புடன் உடனே வீட்டுக்குள் ஓடி வந்து, அமர்ந்து வேலை செய்கிற தாயினைப் பின்னாகச் சேர்த்துக் கட்டிப்பிடிக்கிறது. மிச்சமிருக்கிற சிறுநீர்த்துளி தாயின் முதுகிலே சொட்டுச் சொட்டாகப் படிகிறது.

> மொட்டு நுனியில் முளைக்கின்ற முத்தேபோல்
> சொட்டுச் சொட்டென்னத் துளிக்க துளிக்க என்
> குட்டன் வந்தென்னைப் புறம் புல்குவான்

என்று தாய் மகிழ்ச்சியால் சிலிர்த்துப் போகிறாள். இதுவும் பெரியாழ்வார் பாட்டுதான். எழுத்துப் பிரதிகளில் கருத்தியல் தளத்தில் இந்த எதிர் மரபு தொடர்ந்து, "திரௌபதி தீட்டுக்குரிய காலத்தில் இருந்தபொழுது கூப்பிட்டாள். கடவுள் வந்தான். எனவே பக்தி செய்வதற்குச் சுத்தம், வளமை, தகுதி காலம் என்றெல்லாம் பார்க்க வேண்டாம்" என்று 13ஆம் நூற்றாண்டு (ஆசாரிய ஹிருதயம்) வரை வந்திருக்கிறது. சுத்தம் x அசுத்தம் என்ற கோட்பாட்டை உடைக்கும் முயற்சி ஒன்று வைணவத்துக்குள் இருந்திருக்கிறது என்பதற்கான சான்றுகள் இவை.

"பார்ப்பனர்கள் வீட்டில் சமஸ்கிருதமும் வெளியில் தமிழும் உபயோகித்தார்கள்" (பக்.210) என்பது போன்ற செய்திகள், குறைந்த அளவு கள ஆய்வேதும் இல்லாமல் மரபுகளைப் புரிந்துகொள்ளும் முயற்சிகள் தோற்றுப்போகும் என்பதற்கான அடையாளமாகும். பார்ப்பனர்கள் சமஸ்கிருதத்தைத் தொழிலுக்குரிய 'புனித மொழி யாக' மட்டுமே கொண்டிருந்தார்கள். பார்ப்பனப் பெண்களுக்கு வேதக்கல்வி மட்டுமல்ல, சமஸ்கிருதக் கல்வியும் தடை செய்யப்பட்டி ருந்தது. அதனால்தான் சமஸ்கிருதம் பார்ப்பனருக்கு வீட்டுமொழியாக விளங்காமற் போயிற்று. அப்படியிருந்திருந்தால் பெரியாரின் வேலை இன்னும் எளிதாகப் போயிருக்கும்.

தமிழிலக்கியம், சமூகம் என எதைப் பேசினாலும் சமஸ்கிருத மூலம் தேடும் 'மோஸ்தர்' (பெரியபுராணத்துக்கு உபமன்யு பக்த விலாசம், திருவிளையாடற்புராணத்துக்கு ஹாலாஸ்ய மகாத்மியம், மெய்கண்டார் நூலுக்கு ரௌரவ ஆகமம்) ராஜ் கௌதமனையும் தொற்றிக் கொண்டிருப்பது மகிழ்ச்சி தரவில்லை. 'அதிதி பூசை' (பக்.40) பற்றிக் குறிப்பிடுகிறார்கள்.

இராத்திரி நேரங்களில் ஊர் மடத்தில் வந்து படுத்திருக்கும் வெளியூர்க்காரனை விசாரித்து 'இராச்சோறு' கொடுக்கும் பழக்கம் இந்த நூற்றாண்டின் நடுப்பகுதிவரை கிராமங்களில் உயிரோடு இருந்தது. 'இராமடம் ஊட்டுவாரைப் போலே' என்று இந்த வழக்கத்தை உரையாசிரியர்களும் குறிப்பிட்டுள்ளனர். அதுபோலவே வள்ளுவர் சொன்ன மருந்து 'ஆயுர்வேதம்' என்கிற (பக்.20) பரிமேலழகரின் பார்வை எதிர்மரபு தேடுவோர்க்கு ஏற்ற வேலையல்ல. நாட்டு மருத்துவம் தென்னாட்டுக்கும் உண்டு, வடநாட்டுக்கும் உண்டு. இவ்வகையான 'வறண்ட பார்வைகள்' நூலின் நோக்கத்தைத் திசை மாற்றிப் போட்டுவிடும் ஆபத்தான பார்வைகளாகும்.

வெள்ளைக்காரன் காலத்தில்தான் வேளாளர்கள் பார்ப்பனர்களோடு மோதத் தொடங்கினார்கள். இது 'பதவிச் சண்டை' என்று கைலாசபதி விதைத்த 'மலிவான கருத்து மாயை' இன்றும் நம்மைவிட்டு விலகிப் போகவில்லை என்பதற்கும் ராஜ் கௌதமன் சாட்சியாகிறார் (பக்.214). திராவிட இயக்கத்தின் தோற்றக்காரணிகளைக் கொச்சைப்படுத்த முனைந்தவர்கள் தோற்றுப்போன செய்தியினை ராஜ்கௌதமன் இன்னும் ஏன் ஏற்றுக்கொள்ள மறுக்கிறார்? "தமிழ்நாட்டின் நாகரிகம் தோன்றிய காலத்திலேயே பார்ப்பனியம் இங்கிருந்தது" (ப.210) என்றால் ஆதிச்சநல்லூர் புதைகுழிகளை இன்னும் ஆழப் புதைத்துவிட வேண்டியதுதான்.

அதிர்ச்சி மதிப்பீடுகள் நிறைந்த ஒரு நூலை (அவர் மறுத்தாலும்) ராஜ் கௌதமன் படைத்திருக்கிறார். இத்தகைய மரபு மீறிய ஆய்வு முயற்சிகள் நமக்குக் காலத்தின் தேவையே. உடைபட வேண்டிய புனிதங்கள் தமிழ்ச் சமூகத்தில் இன்னும் நிறைய மிச்சம் இருக்கின்றன. விடை காண வேண்டிய கேள்விகளும் சந்தேகப்பட வேண்டிய சொல்லாடல்களும் குவிந்து கிடக்கின்றன. எனவே இருப்பதை ஏற்றுக்கொள்ளும் 'பக்குவமில்லாதவர்கள்' மீது நிறைய பேருக்குக் கோபம் வருவது இவர்களுடைய 'நோகாத பிழைப்பு' கெட்டுப்போய் விடுகிறது என்பதால்தான். கிளைத்துப் பார்த்துத் தரம் பிரித்தால் காய்கறிக் கடைக்காரருக்கும்தான் கோபம் வரும். ராஜ் கௌதமன் நன்றாகவே கோபமூட்டுகிறார்.

ஆனால், தேடப் போனவர்கள் எதையேனும் கொண்டு வரவேண்டும். விரக்தியும் சலிப்பும் மதிப்புப் பெறாத பொருட்கள்; "சமர்த்தி சந்தைக்குப் போனால் வாங்கவும் மாட்டாள், விற்கவும் மாட்டாள்."

ராஜ்கவுதமன் நூலுக்கான மதிப்புரை
காலச்சுவடு, ஜூலை 1999

தமிழகத்தில் நாடோடிகள்

தமிழகத்தின் மக்கள் திரள்களைப் பற்றிய பாடல்களும் பழமொழிகளும் கதைகளும் நம்மிடம் நிறையவே உள்ளன. சாதிகளின் பேரிட்ட புராணங்களும் நம்மிடம் நிறையவே உண்டு. இவை சில இடங்களில் தலபுராணங்களாகவும் வெளிப்பட்டு இருக்கின்றன. ஆனால், மக்கள் திரள்கள் குறித்த ஆய்வு முயற்சிகள் காலனிய ஆட்சிக் காலத்தில்தான் நம்மிடையே அரும்பத் தொடங்கின. இவ்வகையான முயற்சிகள் நிகழ்கால ஆய்வாளர்களால் முழுமையான ஆய்வுணர்வுடன் கூடியவை என்று ஏற்றுக்கொள்ளப்படுவதில்லை. அதற்கான காரணங்களும் உண்டு. ஐரோப்பிய அறிஞர்களால் ஆங்கிலத்தில் எழுதப்பட்ட இவ்வகை எழுத்துக்களில் 'வெள்ளைத்திமிர்' ஊடும் பாவுமாகப் பரவிக் கிடக்கின்றது என்பது இக்கால ஆய்வாளர்களின் மதிப்பீடாகும். இந்தக் கடுமையான விமரிசனத்தை நாம் எளிதாகப் புறந்தள்ளிவிடவும் முடியாது.

மிக அண்மைக் காலமாகவே, 'நம்முடைய வரலாற்றை நாம் எழுத வேண்டும்' என்ற உணர்வு நிலை தமிழ்க்கல்விச் சூழலில் முகிழ்த்து வருகின்றது. இந்த நூல் அந்த எண்ணத்திற்கும் அதற்கு அடுத்தக் கட்ட வளர்ச்சிக்கும் நம்மை இட்டுச் செல்கின்றது. ஓரிடத்தில் நிலையாகப் பன்னூறு ஆண்டுகள் தங்கிக் கல்வெட்டுக் குறிப்புகளும் சாதிப் புராணங்களும் தமக்கெனக் கோயில்களும் மடங்களும் உடைய சாதியார்களின் வரலாறுகளே இதுவரை எழுதப்பட்டு வருகின்றன (அந்த வகையிலும் நாம் இன்னும் நெடுந்தூரம் செல்ல வேண்டியுள்ளது). இந்தச் சூழலில் நிலை குடியாக இல்லாமல் அலைந்து திரியும் மக்கள் பற்றிய ஆவணமாக இந்த நூல் வெளிவந்திருப்பது மகிழ்ச்சிக்குரிய ஒன்று. 18 சாதிகளைப் பற்றிய கட்டுரைகளும் மூன்று சிறப்புக் கட்டுரைகளுமாக 21 கட்டுரைகள் இந்நூலில் அமைந்துள்ளன.

முதற் கட்டுரையான பக்தவத்சல பாரதியின் 32 பக்க ஆய்வுக் கட்டுரை பாராட்டுக்குரியது. நிலைகுடி இல்லாத ஒரு வாழ்க்கை நிகழ்காலச் சமூகத்திலும் தொடர்வது குறித்த தன்னுணர்ச்சியுடன் அவர் மக்களை அணுகியிருக்கிறார். ஆனாலும், தொடர்ந்துவரும் சில கட்டுரைகளில் இந்த வகையான பார்வை நமக்குக் காணக் கிடைக்கவில்லை. 'நாடோடி' என்ற சொல் பழகிப்பழகிப் பொருள் தேய்ந்துவிட்ட சொல் அல்ல. மாறாக ஆக்கத்திலேயே குறையுடைய சொல் ஆகும். நாடோடிகள் 'ஓடிச் செல்பவர்கள்' அல்லர். மக்கள் இடம் பெயர்தல் என்பது அன்றும் இன்றும் ஆட்சியதிகாரத்தால் ஒரு அழிசெயலாகவே பார்க்கப்படுகின்றது. எனவேதான், 'பதி எழு அறியாப் பழங்குடி' என்பதனைச் சிலப்பதிகாரம் பெருமையாகப் பேசுகின்றது. தோற்றுப் போன அரசர்களை வென்ற அரசர்கள் காட்டிற்குள் வெருட்டி ஓட்டுவதை

செம்பியனை சினமிரியப் பொருது சுரம் புக ஓட்டி

என்று செப்பேடுகளும் 'பாண்டியனைச் சுரம் இறக்கின பெருமாள்' என்று கல்வெட்டுகளும் பெருமையாகக் கூறுகின்றன.

குறுகி வந்தடையா மன்னரை வெங்கூடு கலக்கி
சிறுகால் நெறியே போக்குவிக்கும் செல்வன்

என்று பாண்டியன் நெடுமாறனைப் பெரியாழ்வார் போற்று கின்றார். இவ்வாறு தங்கள் வாழ்விடத்தைக் கைவிட்டு அச்சத்தால் ஓடியவர்களுக்கே 'நாடோடி' என்ற சொல் பொருந்தும். மேலும், நாடு என்பதற்குப் பொதுவான வரையறை ஏதும் தமிழ் வாழ்க்கை யிலும் வழக்கிலும் இல்லை. இரண்டு மூன்று கிராமங்கள் அல்லது பத்து இருபது கிராமங்கள் உள்ளடங்கிய பகுதிகள் கூடத் தமிழ் நாட்டில் நாடு என்ற பெயரோடு வழங்குகின்றன. பறம்பு நாடு 300 ஊர்களை உடையது என்பது கபிலரின் புறநானூற்றுப் பாடலாகும். எனவே, 'அலைகுடிகள்' என்ற சொல்லே நாடோடிகள் என்ற சொல்லைவிடப் பொருள் காட்டும் சொல்லாகும். அலை குடிகள் குடும்பத்தோடு தொடர்ந்த இடப்பெயர்வு உடையவர்கள். அவர்களும்கூட ஏறத்தாழ 100 சதுர கி.மீ. பரப்பளவிற்கு உள்ளாகவே இயங்கி வருகின்றார்கள். குடும்பத்தை, அதாவது பெண் மக்களையும் குழந்தைகளையும் ஓரிடத்தில் நிலையாக இருக்க வைத்துவிட்டு ஆண்கள் மட்டுமே சுற்றித் திரியும் 'பூம்பூம் மாட்டுக்காரரை' நாடோடிகள் என்பது பொருத்தமானதன்று. அவர்களைப் போலவே 'இடையர்'களும் ஆவர். கிழக்கு முகவை மாவட்டத்தின் பரமக்குடி, முதுகுளத்தூர், கடலாடி, இளையான்குடி வட்டங்களைச் சேர்ந்த (நான் அப்பகுதியில் 16 ஆண்டுகள் இருந்திருக்கிறேன்.) இவர்கள்

சொந்த ஊரில் வீடும் நிலபுலங்களும் – ஏன் வங்கிக் கணக்கும் வழக்குமன்றத் தொடர்புகளும் கூட – உடையவர்களாக இருக்கின்றனர். தங்கள் சாதியால் நடத்தப்பெறும் ஆண்கள் கல்லூரியிலும் பெண்கள் கல்லூரியிலும் ஆட்சிக்குழு உறுப்பினர்களாகவும் கல்லூரி ஆசிரியர்களாகவும் உள்ளனர். இவர்களின் பிள்ளைகள் சிலர் மலேசியாவிலும் அரபு நாடுகளிலும் வேலை செய்து பெரும்பணக்காரர்களாகவே உள்ளனர். இவர்களில் ஒருவர் பொறியியற் கல்லூரி நடத்துகின்றார். மற்றொருவர் சட்டமன்ற உறுப்பினராக இருக்கின்றார். இவர்களை 'நாடோடிகள்' என்ற கணக்கில் சேர்க்க இயலாது. இடையர்களில் அறியப்பட்ட 27 பிரிவுகளில் மலைப்பகுதிகளில் வாழும் குடும்ப இடையர் (குரும்பாடு மேய்ப்பவர்) மட்டுமே 'பழங்குடி' என்ற கணக்கில் அடங்குவர்.

பக்தவத்சல பாரதி இந்த நூலின் முதற் கட்டுரையில் மட்டுமே 'நாடோடியம்' என்பதைச் சமகால உணர்வுடன் பார்க்கின்றார். எஞ்சிய கட்டுரைகளில் பெரும்பாலானவை இம்மக்கள் திரள்களைக் கடந்த காலத்தின், 'தொல்லெச்சங்களாகவே' பார்க்கின்றன. இது ஒரு நெருடலான செய்தி. 150 ஆண்டுகளாகக் காலனிய ஆட்சியிலும் அதன்பின் வந்த 50 ஆண்டு காலத்திலும் இவ்வகையான மக்கள் திரள்களில் பல பெருஞ் சமூக நீரோட்டத்தால் உள்வாங்கப்பட்டன; அல்லது கரைக்கப்பட்டன. இவர்கள் மட்டும் விளிம்பு நிலையிலும் விளிம்பு நிலைக்குத் தள்ளப்பட்டு வேர்கொள்ள முடியாத 'அலை நீர்த்தாவரங்களாக' வாழ்ந்து(?) கொண்டிருக்கின்றனர்.

வலையர்களில் ஒரு பிரிவினர், ஆற்றங்கரைப் பரிசலோட்டிகள், நெல் குற்றும் சாதியார், களம்பாடும் பாணர்கள் ஆகியோர் பெருஞ் சமூக ஓட்டத்தில் கரைக்கப்பட்டுவிட்டனர். எடுத்துக்காட்டாகத் தோலால் ஆன இசைக்கருவிகளை ஆக்கி, வயற்கள வாழ்த்துப் பாடிய பாணர்களைக் குறிப்பிடலாம். இசைக் கருவிகளுக்காகத் தோல் தையல் செய்த இவர்கள் தானியங்கிப் பட்டறைத் தொழில் தோன்றியபோது 'கார்'களுக்கான தோல் இருக்கைகள் தைக்க நகர்ப்புறமாயினர். சிலர் தையல் எந்திரத்தின் வருகையோடு துணித் தையல் வேலையினையும் மேற்கொண்டனர். நெல்லை மாவட்டத்தில் ஒரு காலத்தில் தையற்கலைஞர்களில் இவர்களே பெரிய எண்ணிக்கையில் இருந்தனர். இவர்களில் வறுமையாளர் சிலர் தையல் எந்திரத்தைத் தெருத் தெருவாகத் தள்ளிச் சென்று கிழிந்த துணிகளைத் தைத்துக் கொடுத்தனர். இன்று தையற் கலைஞர்களுக்கான சாதி அடையாளம் ஏதும் கிடையாது. அதாவது, தையற் கலைஞர்கள் என்ற சாதிப்பிரிவினை இவர்களால் சாதி எல்லை கடந்து உருவாக்கப்பட்டது.

இந்த நூலில் உள்ள கட்டுரைகள் பெரும்பாலும் வட தமிழ கத்தில் உள்ள 'அலைகுடி'களைப் பற்றியே அமைந்திருக்கின்றன. தமிழகத்தின் தென்பகுதியில் இவ்வகையான குடிகள் மிக அருகிலேயே காணப்படுகின்றனர் என்பதும் உண்மையே. இதற்கான காரணங் களைக் கண்டறியச் சமூக வரலாற்றியல் ஆய்வுகள் மேற்கொள்ளப் படும்.

அடித்தள மக்களின் வரலாற்றை அறிய விரும்புவோர்க்கு இந்த நூல் மிகப் பெரிய தகவல்களஞ்சியமாகும். வேளாண் உற்பத்தி யோடு தொடர்புடைய நாழிமணிக்காரர், சாதிப்பிள்ளை போன்ற கட்டுரைகள் சமூக வரலாற்றுக்கு அரிய தரவுகளாகும். குறிப்பாகச் 'சாதிப்பிள்ளை' என்பது தனித்த ஆழமான சமூக வரலாற்றாய்வுக்கு உரியது. நாட்டார் ஆவணங்களில் 'பிள்ளைவர்த்தனப் பட்டயம்' என்ற ஒன்றுண்டு. இரண்டு சாதிகளுக்கு இடையில் நிலவும், 'தந்தை – மகன்' உறவு நிலையினைக் குறிக்கும் ஆவணமாகும் இது. எனவே, சாதிப் பிள்ளை என்பது ஒரு சாதியை மட்டும் குறிக்கும் சொல்லாகத் தோன்றவில்லை. ஒரு அமைப்பு முறையினைக் குறிக்கும் சொல்லாகவே அது அமைந்திருக்கின்றது. நாடோடிகளின் கூட்டு வாழ்க்கை என்னும் கட்டுரை அலைகுடிகள் சனநாயக உணர்வுக்கும் மற்றதை மதிக்கும் பண்புக்கும் எடுத்துக்காட்டாக அமைந்திருக்கின்றன.

வரலாற்றைக் கீழிருந்து எழுதத் தொடங்குவது என்பதே இன்று அறிவுலகத்தின் கொள்கையாகும். அந்த வகையில் இந்த நூல் ஒரு புதிய சிறு தடம் பதித்திருக்கிறது. அத்துடன் எழுதப்பட்ட வரலாறு குறித்த நிறைய கேள்விகளையும் எழுப்பியிருக்கின்றது. அதுவே இந்த நூலின் வெற்றியுமாகும்.

பக்தவத்சல பாரதி (ப.ஆ)

கிரியாவின் (க்ரியா) அகராதி

கிரியா நிறுவனத்தினர் தற்காலத் தமிழ் அகராதி ஒன்றை வெளியிட்டுள்ளனர். 1016 பக்கங்கள், 16,000 சொற்கள், 23,000 விளக்கங்கள்; தரமான தாள்; நேர்த்தியான அச்சு; இத்தனைக்கும் பின்னால் நிற்கிற மனித உழைப்பு, கணிப்பொறிச் செலவு உள்ளிட்ட அனைத்தையும் கணக்கிட்டால் 170 ரூபாய் விலை அதிகமில்லைதான். இந்தத் தயாரிப்புக்கு அமெரிக்க நாட்டு Ford Foundation நிறுவனம் நிதியுதவி வழங்கியிருக்கிறது. மைய அரசின் கல்வித்துறையும் மானியம் தந்துள்ளதாகத் தெரிகிறது.

25/01/92 தினமணி நாளிதழில் ஐராவதம் மகாதேவன் 'நினைந்து நினைந்து, நெகிழ்ந்து நெகிழ்ந்து, அன்பில் நனைந்து நனைந்து' இதற்கொரு ஒரு விமரிசனம் எழுதியிருந்தார். மொத்தத்தில் 'பார்த்தவர்கள் பாராட்டுகிறார்கள்; பாராதவர்கள் பாராட்டத் துடிக்கிறார்கள்' என்கிற பாணியில் அது அமைந்திருந்தது. மகாதேவன் இந்த அகராதித் திட்ட ஆலோசனைக் குழுவில் ஓர் உறுப்பினரும் கூட.

வழக்கமாகப் புலவர்கள் தயாரிக்கும் அகராதி இல்லை இது. 'அறிஞர்கள்' தயாரித்திருக்கின்ற அகராதி. வீரமாமுனிவர், வின்சுலோ முதலிய வெளிநாட்டுக்காரர்கள் தொடங்கி கதிரைவேற்பிள்ளை கா. நமச்சிவாயனார், பவானந்தம் பிள்ளை, மதுரைப் பேரகராதி வரையிலான அகராதிகளுக்கும் இந்த அகராதிக்கும் என்ன வித்தி யாசம்? அவையெல்லாம் கற்காலம், இது 'தற்காலத்' தமிழ் அகராதி. தற்காலம் எங்கிருந்து தொடங்குகிறது? 1950இல் தொடங்குகிறது. "தமிழ் எதிர்கொண்ட தற்காலச் சவால்களால் பெரிய பாதிப்புகள்" அந்த ஆண்டிலிருந்துதான் தொடங்குகின்றனவாம்! அப்படியென்ன சவாலும் பாதிப்பும்? ஒருவேளை 'ஒரு கிலோமீட்டருக்கு ஒரு பள்ளிக்கூடம்' என்கிற கோட்பாட்டை முன்வைத்தார்களே அதைச்

சொல்லுகிறார்களோ. 1950க்கு முன் தமிழுக்குச் சவால்களே இல்லையா? தமிழில் ‘வசன காவியம்’ எழுதிய மாயூரம் வேதநாயகம்பிள்ளையும் 1870களில் தமிழை மருத்துவக் கல்லூரிப் பாடமொழியாக்க நூலெழுதிய சாமுவேல் ஃபிஸ்கிரீனும் மகாகவி பாரதியும், அறிவியல் நூலெழுதிய சேலம் பகடால நரசிம்மலு நாயுடுவும் 17ஆம் நூற்றாண்டுத் ‘தமிழ்விடு தூது’ நூலாசிரியனும் 1926இல் இந்தி எதிர்ப்புக் கட்டுரை எழுதிய பெரியார் ஈ.வெ. ராவும் தமிழர்களை ரொம்பத்தான் ஏமாற்றியிருக்கிறார்கள்.

“மணிக்கொடிக் காலத்திலிருந்துதான் தமிழில் புதிய உரை நடை வீச்சுத் தோன்றிற்று” என்று தமிழில் ஒரு ‘தேவ வசனம்’ உண்டு (அருளியவர் சிட்டி). அதுகூட 1956க்கு முன்தானே.

‘தற்காலப் பொது எழுத்துத் தமிழுக்கானது’ என்று இந்த அகராதியின் எல்லை வரையறுக்கப்பட்டிருக்கிறது. அகராதி முழு வதையும் புரட்டிய பின்னர் தெரியும் ‘சுண்ணாம்பில் இருக்கிறது சூட்சுமம்’ என்பது. ‘தற்காலம்’, ‘எழுத்துத் தமிழ்’ என்னும் இரண்டும் எல்லைகள் அல்ல, முகமூடிகள் என்று! எழுத்துத் தமிழ் என்றால் என்ன? வணிகரீதியான அல்லது சித்தாந்த ரீதியான பத்திரிகை எழுத்தா? அல்லது அறிவு நூல் எழுத்தா? செய்திகள், கட்டுரைகள் ஆகியவற்றில் காணப்படும் எழுத்து மட்டும்தானா அல்லது புனைகதை எழுத்தும் அதில் சேருமா என்றெல்லாம் யோசிக்க வேண்டியதில்லை. பெருவாரியான மக்களிடமிருந்து அந்நியப்பட்டு நிற்கிற, நகர்ப்புறம் சார்ந்த, தகவல் தொடர்புச் சாதனங்களில் ஆதிக்கம் செலுத்துகிற தமிழ் மட்டுமே இங்கு எழுத்துத்தமிழ் என்று கணக்கிடப்பட்டிருக்கிறது.

சொல் என்பது ஒலிகளின் திரட்சி மட்டுமன்று; பொருளையும் செயலையும் வெளிக்காட்டும் ஓர் அடையாளம் என்றும் அதைக் கொள்ளலாகாது. ஒரு மொழியைப் பேசுகின்ற மக்கள் கூட்டத்தின் பொருள்களோடும்கூட அதற்குத் தொடர்புண்டு. மொழிக்கூட்டத்தின் பொருளும் பொருளுற்பத்தி முறையும் வகைமையும் மொழியின் சொல் தொகுதியில் வெளிப்படும். அதுபோலவே ஒரு சொல்லின் அழிவும் குறிப்பிட்ட பொருள் அல்லது கருத்தின் அழிவாகவே அமையும். ஓர் எடுத்துக்காட்டு சொல்லலாம். கடந்த முப்பது ஆண்டுகளில் நெல்லை, குமரி மாவட்டங்களில் சுமார் இருபது இலட்சம் மக்கள் புழங்கிய சொல் ‘அக்கானி’ (கூழ்ப்பதனீர்). இந்தப் பொருளின் உற்பத்தி அழிந்தது, செய்முறை அழிந்தது; சொல்லும் அழிந்தது; வேறுவகையில் சொல்வதானால் ஒரு மொழி பேசும் மக்கள் கூட்டத்தின் சுயமான உற்பத்திமுறையும் சொல்லும் அழிக்கப் பட்டன. பன்முகப்பட்ட கருத்துகளும் சொற்களும் அழிக்கப் படுகின்றன, இதுபோல். எனவே ஒரு ‘பொது எழுத்து மொழி’

என்பது பன்முகமான பண்புகளைக் குலைத்தும் அழித்தும் மேலெழுகிற ஆதிபத்தியம் ஆகும்.

'மாறு' என்ற தமிழ்ச்சொல் பெருக்கு, கூட்டு, விளக்கு என்ற முன் ஒட்டுக்களோடு வரும் சொல்லாகும். தென் மாவட்டங்களில் இதற்கு வாரியல் என்றும் பெயர். (ஈர்க்குப்) புல்மாறு, (தென்னை) ஈர்க்குமாறு, கொளுஞ்சிமாறு, பனங்கொளுஞ்சிமாறு, குறத்திமாறு, (மூங்கில் குச்சிமாறு என்பன பலவகைப்பட்ட உற்பத்திப் பொருள் களாகும். இவை அனைத்தையும் மறைத்துவிட்டு நகர்ப்புறத்தில் ஒரு சிறுதொகையினர் மட்டும் பயன்படுத்தும் 'துடைப்பம்' என்னும் சொல் மட்டும் அகராதியில் முன் நிறுத்தப்பட்டு உள்ளது. உண்மையில் எந்த வகை மாறும் துடைக்கின்ற பணியைச் செய்வது இல்லை; அவை பெருக்கும், கூட்டும், விளக்கும். துணியைப் போலத் துடைக் காது. இவையெல்லாம் அகராதித் தயாரிப்புக் குழுவினருக்குத் தெரியாதா, தெரியும். இது Neo Brahminismத்தின் முகங்களில் ஒன்று.

அரசு அல்லது அதிகாரம் சார்ந்ததாகச் சொற்பொருள் தருவதில் அகராதி தனிக் கவனம் செலுத்தியிருக்கிறது. எடுத்துக் காட்டாக 'அவைத்தலைவர்' என்ற சொல் சட்டமன்ற மக்களவைத் தலைவரை மட்டுமே குறிப்பதாக அகராதி சொல்கிறது. சாதாரணக் கூட்டத்தின் தலைவர் அவைத் தலைவர் ஆகமாட்டாரா? 'சீர்மரபினர்/முன்னாள் குற்றப் பரம்பரையினர்' என்ற வரலாற்றை இந்த அகராதி மறக்காமல் சொல்கிறது. அதுபோல் 'அரிஜனம்' என்ற சொல் இடம் பெற்றிருக்கிறது. இன்றைய எழுத்துத் தமிழுக்கு வராததால் 'தலித்' இடம் பெறவில்லை போலும். 'அவசரச்சட்டம்' இருக்கிறது; 'நெருக்கடி நிலை' (Emergency) இல்லை. 'ஒதுக்கீடு' என்ற சொல்லுக்கு 'Reservation' என்ற பொருள் வேண்டுமென்றே தரப்படவில்லை. அரசாங்கம் தரும் 'அகவிலைப்படி' இடம் பெற்றுள்ளது. ஆனால் 'அகவிலை' (விலைவாசி உயர்வு) காணப்படவில்லை.

மக்களோடு இணைந்து அரசாங்கம் பயன்படுத்தும் சொற் களிலும் பல, இந்த அகராதியில் விடுபட்டிருக்கின்றன. 'அடைப்பான்' கால்நடைகளுக்கு வரும் நோய்களில் ஒன்று. மக்களும் கால்நடைத் துறையும் அடிக்கடி பயன்படுத்தும் இச்சொல்லுக்கான பொருள் இந்த அகராதியில் கிடையாது. பெருவாரியான தமிழர்கள் அன்றாடம் புழங்கிவரும் எழுத்தில் இடம்பெற வேண்டிய சொற்கள் மறவாமல் இடம் பெற்றிருக்கின்றன. புராணிகர், புருஷார்த்தம், புரோகிதம், மந்திரம், மகிமை, மகானுபாவன், உபநயனம், உக்கிராணம், ஜானவாசம், ஜென்மம், சகதர்மிணி, ஸ்லோகம், ஆசாரியா, பரமாசாரியார், ஜகத்குரு, ஜபம், ஜன்மம், ஷொட்டு, திராபை இவற்றோடு தண்டும் கமண்டலமும் படத்துடன் தரப்பட்டுத் தண்டின் கீழ் கமண்டலம் என்று எழுதப்பட்டுள்ளது. எனக்குத் தெரிந்த நாலைந்து

தமிழாசிரியர்களிடம் 'திராபை'க்குப் பொருள் கேட்டேன். மலங்க மலங்க விழித்தார்கள். நல்லகாலம் இந்த அகராதி வந்தது, பிழைத்தேன்!

அகராதியிலே 'கர்ப்பிணி' உண்டு; 'சூலி'யோ 'நிறைசூலி'யோ கிடையாது. அசட்டுப்பிசட்டு, சாங்கோபாங்கம் போன்ற ஒலிமடக்குச் சொற்கள் காணப்படுகின்றன. அரசல்புரசல், செங்கல் மங்கல் எனும் சொற்களைக் காணோம். 'தலைக்குத் தண்ணீர் விடுதல்' என்பதற்கு 'பூப்பு நீராட்டல்' என்பதே முதற் பொருள் (First meaning). அந்தச் சொல் தற்காலத்துக்கு ஒத்து வராத அநாகரிகம் என்பதனாலும் பெருவாரியான தமிழர்களிடம் அந்த வழக்கம் இல்லை என்பதனாலும் கைவிடப்பட்டுள்ளது.

எல்லா மத வழக்குகளும் அகராதியில் இடம்பெற்றுள்ளன. ஆனாலும் 'மசாலா' என்ற சொல்லுக்கு 'இசுலாமிய இலக்கிய வகை' என்ற பொருள் காணப்படவில்லை. 'மரைக்காயர்' என்ற சொல் இலங்கைத் தமிழ் வழக்காகவும் 'பள்ளிவாசல் நிர்வாக உறுப்பினர்' என்றும் பொருள் தரப்பட்டுள்ளன. கீழக்கரையிலும் காயல்பட்டினத்திலும் நெல்லை மாவட்டத்தின் பிற பகுதிகளிலும் வாழும் இலட்சத்துக்கு மேற்பட்ட எண்ணிக்கையுடைய மரைக்காயர் முஸ்லிம்கள் அனைவரும் இலங்கை அகதிகளா? மாதா கோயில் 'மரியன்னையின்' கோயில் என்று அகராதி கூறுகிறது. கத்தோலிக்கக் கிறிஸ்தவர்களின் எல்லாக் கோயில்களையும் மாதா கோயில் என்றே தமிழர்கள் குறிப்பிடுகிறார்கள். மாதாவுக்கு அமைக்கப்பட்ட தனிக்கோயிலுக்கு 'கெபி' என்ற சொல்லைப் பயன்படுத்துகிறார்கள். 'துன்பம்' என்ற பொருளில் 'அவஸ்தை' என்ற சொல் தரப்பட்டுள்ளது. கத்தோலிக்கக் கிறித்தவர்களின் 'அவஸ்தை பூசுதல்' காணப்படவில்லை.

பிப்பிரவரி 10இலிருந்து 25 வரை நான் வாசித்தறிந்த சில சொற்கள் இந்த அகராதியில் இடம்பெறும் அளவிற்குத் தகுதி பெறாமல் போய்விட்டன. வாய்மடை, கண்ணாறு, எக்கரடித்தல், பன்னரிவாள், நோக்கால் (நுகக்கால்), ஒதுக்கல் (ஆண்டுத் திவசத்திற்கு முதல் நாள்), எழுதம், கவி(ழ்)தம், (வீட்டுச் சுவர் உறுப்புகள்), அம்மாயி, சியான் (தாத்தா), தவளைக்கொத்து (வீட்டுக் கூரையில் தொட்டில் கட்டப் பயன்படும் இரும்புக் கொக்கி), தாய்விளக்கு, கூட்டு மாத்திரை, தவிதாயம், தொழி, கம்மனாட்டி போன்றவை அவை. அகராதியில் சுமங்கலி இருப்பதனால் வா(ழ்)வரசி காணாமல் போனாள். உக்கிராணம் இருப்பதால் 'ஆக்குப்புரை' காணாமல் போய்விட்டது. 'ஜகத்குரு' இருப்பதனால் 'சாமியாடி'யும் 'ஆதாளி' 'திரளை' கொடுத்தலும், 'சூறை' கொடுத்தலும் தேவையில்லாமல் போய்விட்டன. 'எழுத்துத் தமிழ்' என்ற கவசம் எத்தனை குண்டுகளை வேண்டுமானாலும் தாங்கும் போல!

இதுமட்டுமல்ல; மரபுவழி உறவுமுறைச் சொற்கள், தொழில் சார்ந்த சொற்கள், நாட்டார் விஞ்ஞானம் சார்ந்த சொற்கள் ஏட்டிலும் இடம்பெற்ற பழமொழிகள் காட்டும் சொற்கள் ஆகியவை மொத்தமாகவே காணாமல் போயிருக்கின்றன. அகராதியில் 'ஆரியம்' உண்டு; 'ஆரியக்கூத்து' காணோம். அதுதான் அகராதியே இருக்கிறதென்று விட்டுவிட்டார்கள் போலும்!

'அரிச்சந்திரன்' என்ற சொல்லுக்கு முதற்பொருள் (புராணப் பாத்திரம்) காணோம். தமிழ்ச்சொல்லுக்கு ஆங்கிலப் பொருள் தரும் இடங்களிலும் மயக்கங்கள் ஏற்பட்டிருக்கின்றன. அடித்தல், திருத்தல் என்ற சொல்லுக்கு 'Corrections' என்று மட்டும் பொருள் தரப்பட்டுள்ளது. இது Scoring out and corrections என்று இருந்திருக்க வேண்டும். 'இரசிகர்' என்ற சொல்லுக்குத் தமிழில் அரைப்பொருளும் ஆங்கிலத்தில் குறைப்பொருளும் தரப்பட்டுள்ளன. இந்தச் சொல்லுக்குத் தமிழிலுள்ள கலைஞர், எழுத்தாளர் ஆகிய சொற்கள் ஆங்கில மொழிபெயர்ப்பில் காணப்படவில்லை. 'நஞ்சுக்கொடி' என்பதற்கு Placenta and Umbitical cord என்பது பொருளாகும். Placenta மட்டும் தரப்பட்டுள்ளது.

ஆங்கிலச் சொற்கள் ஒலித்திரிபு இன்றி அதே பொருளில் தமிழில் விளங்கும்போது அவற்றைத் 'தமிழர்கள் புழங்கும் ஆங்கிலச் சொற்கள்' என்று பட்டியலிடுவதே முறை; மாறுபட்ட பொருளில் விளங்கும் ஆங்கிலச் சொற்களை மட்டுமே (Assauly) அகராதியில் சேர்த்திருக்க வேண்டும். அப்படிச் சொற்களும் சேர்க்கப்பட்டிருக்கின்ற போது மிகப் பரவலாகத் தமிழில் விளங்கும் ஆங்கிலச் சொற்கள் இந்த அகராதியில் இடம் பெறவில்லை. ஆங்கிலச் சொற்கள் தமிழில் நிலைத்திரா அல்லது ஆங்கிலச் சொற்களைத் தமிழ்ச் சொற்களாக ஏற்பது சரியில்லை என்ற கருத்துகளின் அடிப்படையில் இந்த அகராதியில் சொல் தேர்வு நடைபெற்றுள்ளது" என்று ஐராவதம் மகாதேவன் 25/01/92 தினமணி நாளிதழில் எழுதியிருப்பது யாரை ஏமாற்ற?

ஆறு கோடிப் பேர் பேசும் மொழியில் 16,000 சொற்களை மட்டுமே அதுவும் கணிப்பொறி மூலம் தேர்ந்தெடுப்பது என்பது ஒரு வரலாற்றுப் பொய்மை. நாம் குறிப்பிடும் பெருவாரியான சொற்களை இவர்கள் கலைச்சொற்கள் என்று ஒதுக்கிவிடலாம். சொல்லுக்கும் கலைச்சொல்லுக்கும் இவர்கள் என்ன அளவுகோல் வைத்தார்கள்? வட்டார வழக்கினைக் காட்டும் சிறுகதை, நாவல், ஆகியவற்றை எந்த அளவுகோலைக் கொண்டு சேர்த்துக்கொண்டார்கள் அல்லது விட்டுவிட்டார்கள்? இவர்கள் தொகுப்புக்கு எடுத்துக் கொண்ட பத்திரிகைகள் தாம் எவை எவை? இவர்கள் பெயர் குறிப்பிடும் அறிஞர்களெல்லாம் இந்த அகராதி ஆக்கத்தில் 'முழுமை

யாகப்' பங்கெடுக்க அனுமதிக்கப் பட்டார்களா? இதற்கெல்லாம் தெளிவான பதில் கிடையாது. இந்த அகராதி அறிஞர் குழுவில் இருந்த ஐராவதம் தன்னுடைய கட்டுரையில், 'வட்டார சமூக, மத வழக்குகளும் ஓரளவு பேச்சுத் தமிழும் இந்த அகராதியில் சேர்க்கப்பட்டுள்ளன' என்கின்றாரே! தவிர எந்த வட்டாரம்? எந்த மதம்? எந்தச் சமூகம்? யாருடைய பேச்சு வழக்கு?

சுருக்கமாகச் சொன்னால் தற்காலம், எழுத்துத்தமிழ் என்னும் இரண்டு போர்வைகளில் தமிழன் கையைக்கொண்டே தமிழன் கண்ணைக்குத்தும் அவலம் மீண்டும் ஒருமுறை வெற்றிகரமாக அரங்கேறியிருக்கின்றது. ஆனந்தவிகடன், தினமணி, சுஜாதா, ஐராவதம் மகாதேவன், அமெரிக்கன் கான்சலேட், ஆல் இண்டியா ரேடியோ, தூர்தர்சன், வெளிநாட்டுப் பிராமணர் ஆகியோருக்காகவும் கிரியாவின் தற்காலத்திற்காகவும், அரைப்பார்ப்பனர்களாலும் புதிய பார்ப்பனர்களாலும் (Neo Brahmins) தயாரிக்கப்பட்டுள்ள அகராதி இது. "சர்வ ஜனாஉற் சுகினோ பவந்து"

மேலும்

சீறாவின் கடவுள் வாழ்த்து – ஓர் ஆய்வு

பாரிடை நபிகள் தோன்றிப் பதினொரு நூற்றாண்டின் பின் சீருயர் பாண்டி நாட்டில் செந்தமிழ் உமறு ஞானி ஈறிலா இறைவன் தூதர் இனியநற் கதைவ டித்தார்.

வடித்த கதை தமிழுக்குப் புதியது. தமிழ்க் காப்பிய உலகத் தலைமக்களில் பெரும்பான்மையோரைப் போலவே, உமறுவின் காப்பியத்தலைவரும் தமிழ் தவிர் நிலத்தைச் சார்ந்த அறமகனாரே.

உமறு வடித்த கதை தமிழுக்குப் புதியதென்றாலும், உமறு தமிழுக்குப் புதியவரல்லர். 'நரிவிருத்தம்' பாடித் தமிழிலக்கியத் தோடு அறிமுகம் செய்துகொண்ட திருத்தக்கரைப் போல உமறு 'முதுமொழி மாலை' பாடித் தமிழோடு அறிமுகம் செய்துகொண்டார். கானில் வாழ்வை முகமதுநபியைக் கண்களால் காணக் கவிஞர் கொண்ட ஏக்கம், 88 கவிமலர்களாகித் தமிழ்ச்சோலையில் மணம் பரப்புகிறது.

உமறுவின் காவியச்சுவடியில் முதல் ஏடாகக் 'கடவுள் வாழ்த்து' என்னும் பெயரில் காப்புச் செய்யுளோடு அமைந்த 21 செவிநுகர் கனிகளே இக்கட்டுரைக்குப் பொருளாகின்றன. புலவர் மணி நூர்முகம்மதுவின் விளக்கப் பதிப்பான "உமறு தரும் சீறா"வில் மட்டுமே இப்பாடல்கள் கடவுள் வாழ்த்து, திருநபி வாழ்த்து, முறுசலின்கள் வாழ்த்து என்ற பாடல் தலைப்புகளோடு அச்சேறி உள்ளன. கடைசி 3 பாடல்கள் புலவரின் அவையடக்கச் செய்யுள் களாகும். 21 பாடல்களுமே ஐஞ்சீர், அறுசீர், எழுசீர்களால் இயன்ற ஆசிரிய விருத்தங்கள்.

ஆய்வினைத் தொடங்குமுன் சிறிய ஐயம் ஒன்று எழுகிறது. பெருங்காவியத்தின் ஒரு பாடலை அல்லது ஒரு படலத்தை மட்டும் கொண்டு நூலினைத் திறனாய்தல் முறையாகுமா? 'முறையன்று' என்கிறார் டாக்டர் வ.சுப. மாணிக்கம்.

"தோள் கண்டார் தோளே கண்டார் என்றபடி தனிப்பாடல் கண்டார் தனிப்பாடலையே கண்டார்; படலங் கண்டார் படலத் தையே கண்டார் என்ற குறுநிலைக்குக் காப்பியம் குறைந்துவிடுகின்றது" என்பது அவர் கருத்தாகும்.

முன்னும் பின்னுமாகப் பாடல்களையும் படலங்களையும் விட்டுவிட்டு இடையிலே ஒன்றை அளவுகோலாகக் கொள்வதையே அவர் மறுக்கிறார். ஒரு நூலின் முதற்சுவடி படிப்போர்க்குக் கவிஞனையும் கவிதையையும் இனங்காட்டும் பண்பும் பயனும் உடையதாகும். அவன் சமைக்கவுள்ள கவிதைப் பெருமாளிகையின் பரப்பினையும் உணர்ச்சியினையும் கலை நுணுக்கங்களையும் தாங்கி நிற்கும் அடிப்படையாகும். எனவே இந்த ஐயத்தைக் களைந்து விட்டுத் தலைப்புக்கு வருவோம்.

"சீறாவின் ஆரம்பத்திலுள்ள காப்புச்செய்யுளான, 'திரு உருவாய்' என்ற பாடலே மூலப்பிரதிகளில் இல்லை என்றும் சீறாவைப் பதிப்பித்த புலவர்நாயகம் இதை எழுதியிருக்கலாம் என்றும் அறிஞர்கள் சிலர் கருதுகின்றனர்". இது ஆர்.பி.எம். கனி தரும் செய்தி. இனி மேலே செல்வோம்.

தமிழ் இலக்கண இலக்கிய மரபுகளைத் தெளிவுற உணர்ந்தவர், கவிஞர் உமறு. நிறைவிலாது போயினும் குறைவிலாத காப்பிய இலக்கணங்களை அவரது திருநூல் பெற்றுத் திகழ்கிறது. இருப்பினும் உமறுவின் கடவுள் வாழ்த்து அவையடக்கப் பகுதிகள் ஒரு தமிழ் மாணவனின் உள்ளத்தில் பல வினாக்களை எழுப்புகின்றன. ஒரே யொரு ஊகம் மட்டுமே இவ்வினாக்களுக்குத் தெளிவான விடை யினைத் தருகிறது.

கடவுள் வாழ்த்துப் பகுதியிலும் அதைத் தொடர்ந்து அவையடக்கப் பகுதியிலும் ஏனைய தமிழ்க்காப்பிய வல்லார் தரும் செய்திகளை உமறு தரவில்லை.

தண்டியாசிரியர் காப்பிய இலக்கணம் வகுப்பதற்கு முன்னும் பின்னும் தமிழில் காப்பியங்கள் எழுந்ததுண்டு.

வாழ்த்து வணக்கம் வருபொருள் இவற்றின் ஒன்று
ஏற்புடைத்தாகி முன்வர இயன்று

என்பது தண்டியாசிரியர் கூறும் இலக்கணம். ஆனால் வாழ்த்து வணக்கம் இவற்றில் ஒன்றோடு 'வருபொருள்' கூறாத காப்பியக் கவிஞர்கள் தமிழில் யாரும் இலர். முன்னோடிக் காப்பியங்களான சிலம்பிலும் மேகலையிலும் பதிகங்கள் அப்பணியை நிறைவு செய்கின்றன. நூற்பொருளோடு அல்லது கதையோடு தொடர்பில்லாத ஆனால் நூற்பிறப்போடு தொடர்புடைய செய்திகள் இப்பகுதியில் வருதல் மரபு. இக்காப்பிய புலவர் உமறு அறியாததன்று.

"இராமாவதாரப் பேர்க்கதை" என்று நூற்பெயரையும் "வாங்கரும் பாதம் நான்கும் வகுத்த வான்மீக யென்பான்" எழுதியது என்று முதனூலையும் "சடையன் வெண்ணை நல் ஊர்வயின் தந்ததே" என்று நூல் பிறந்த இடத்தையும் கம்பர் குறிப்பிடுகின்றார்.

அலகில்சீர்நம்பி ஆரூரர் பாடிய "தெரிவரும் பெருமைத் திருத்தொண்டர் தம், பொருவருஞ்சீர் புகலலுற்றேன்" என்று நூலின் தலைமக்களையும், "ஈங்கிதன் நாமம் கூறில் திருத்தொண்டர் புராணம்" என்று நூற்பெயரையும் "தூயபொன்னணி சோழன் நீடுழிபார், ஆயசீர் அநபாயன் அரசவை" என்று நூல் அரங்கேறும் களத்தையும், குறிப்பிடுகின்றார் சேக்கிழார் பெருமான்.

"முழுதுணர் முனிவன் (வியாசன்) தன் சொல்லாகிய மாப்பெரும் காப்பியம்" என்று தனக்கு முதனூலையும் "ஆக்கிய வரையும்", "மன்னு மாதவன் சரிதமும் இடையிடை வழங்கும் என்னு மாசையால் யானும் ஈதியம்புதற் கிசைந்தேன்" என்று தான் இக்கதையை விரித்த காரணத்தையும் குறிப்பிடுகின்றார் வில்லிப்புத்தூரார். பிற செய்தி களை அதே காலத்தில் எழுந்த வரந்தருவாரின் பதிகம் கூறுகின்றது.

நூற்பெயர் 'சிந்தாமணி' என்றும் "சீவகசாமியென்பான் வானேறனைய புகழான் சரிதம்" நூலின் பொருள் என்றும் கூறி 24 பாடல்களில் சீவகனின் வரலாற்றைச் சுருங்கக் கூறியும் விடு கின்றார் திருத்தக்கர்.

"ஆரியவளன் தன் காதை அறமுதல் விளங்கச் சொல்வாம்" என்று முதல் பாடலிலே நூற்பொருளையும் தலைவன் பெயரையும், "ஆரியனூரில் தேம்பா அணியெனப் பிணித்தல் செய்வாம்" என்று நூல் பிறந்த ஊரையும் நூற்பெயரையும் 13 பாடல்களில் சொல்லி விடுகின்றார் வீரமாமுனிவர்.

முதற்பகுதியில் 12 பாடல்களில் கம்பர் தந்த செய்திகளை, 10 பாடல்களில் சேக்கிழார் தந்த செய்திகளை, 8 பாடல்களில் வில்லியார் தந்த செய்திகளைக் கதைச் சுருக்கமும் சேர்த்து 29 பாடல்களில் திருத்தக்கர் தந்த செய்திகளை, 20 பாடல்களைப் பாடிய புலவர் உமறு தரவில்லையே! ஏன்?

காப்பியம் இயற்றும் புலவனின் இயல்பை, ஓர் உவமையின் வழி மாறனலங்காரமுடையார் விளக்குகின்றார். தலைவனைப் பிரிந்த தலைவியின் கண்கள் துயிலமாட்டா! எவை போலத் தெரியுமா? பெருங்காப்பியம் பாடுதற்கு உட்கொண்ட புலவர் கண்போல.

முற்ற உணர்ந்து முதுகாப் பியம்புணர்ப்பான்
உற்றவர்தங் கண்போன் றுறங்காவாம் – இற்பிரிந்தால்
நல்லியலார் வந்தனைசெய் நாவீறன் மால்வரைமேல்
மெல்லியலார் இன்ப விழி

என்பது மாறனலங்கார ஆசிரியரின் கருத்தாகும். ஒரு செய்தியை மனங்கொள்ள வேண்டும்; இக்காப்பிய மரபுகளை உமறு அறியாதவரல்லர்.

நூற்பெயர் 'சீறா' என்பது, இது முதனூலாகிய 'சீறத்துநபி' என்பதைத் தழுவி வந்தது என்ற செய்தியை, சீறாவை முதன் முதலில் பதிப்பித்த புலவர் நாயகம் எழுதிய சிறப்புப்பாயிரத்தால் அறிகிறோம். "சீறாவென்ன முதனூல் நாமமே நாட்டி முதுபயன் அறம் பொருளின்பம் வீடனைத்து மடக்கிய திறம் பெருங்காப்பியம் செய்தனர்" என்கிறார் அவர். உமறு ஏன் இதைக்கூடச் சொல்ல வில்லை? நூற்பொருள் அண்ணல் நபி அவர்களின் புனித வரலாறு என்று சொல்லவுமா மறந்து போனார்?

உமறுப்புலவரை ஆதரித்த வள்ளல் சீதக்காதி என்பது பரவலாக வழங்கிவரும் கதை. அவரைப் பற்றிய சிறுகுறிப்பினை முதற்பகுதியில் தரவேண்டாம் – நூலின் எந்த இடத்திலும் தரவில்லையே ஏன்? புனித வரலாறு பாடும்போது மனித வரலாறு இடைவிரவ வேண்டாம் என்று எண்ணினாரா? அப்படி எண்ணவில்லை என்று மிக உறுதி யாகச் சொல்லலாம். தன்னைப் புரந்த உசேன் நயினார் மகன் அபுல்காசிம் மரைக்காயரை நூலின் பல இடங்களில் நன்றியுணர்வோடு பாராட்டுகின்றார் உமறு.

இன்னுமொன்று சீறாப்புராணத்தைச் சுவைக்கின்ற தமிழிலக்கிய மாணவர்கள் அனைவருக்கும் ஒரு சிறு வருத்தம் துளிர்ப்பதுண்டு. "உமறு ஏன் இந்நூலை நிறைவு செய்யவில்லை?" என்று! அபுல்காசிம் மரைக்காயர் வீட்டின் முன் சீறா அரங்கேறியதாகவும் நாட்டுவழக்கில் செய்தி ஒன்றுண்டு. நிறைவடையாத காப்பியத்தையா உமறு அரங் கேற்றினார்? இவ்வரங்கேற்றம் பற்றி அவையடக்கப் பாடல்களில் உமறு ஏன் குறிப்பிடவில்லை?

இது ஒருபுறமிருக்க, "உமறுப்புலவர், நபிகள் நாயகத்தின் வாழ்வின் முக்கிய நிகழ்ச்சிகளை மட்டுமே பாடியுள்ளார். எனவே தன்னளவில் சீறா நிறைந்த காப்பியமே" என்று சிலர் வாதிட முற்படுகின்றனர். ஆர்வத்தைக் காட்டும் இக்கருத்து, இலக்கிய மாணவர்க்கு அமைதி தரவில்லை.

அண்ணலார் வாழ்வின் முக்கிய நிகழ்ச்சிகளை மட்டும் பாட உமறு நினைத்திருந்தாரென்றால் அவர்களின் பிறப்பு, வளர்ப்பு முதலிய நிகழ்ச்சிகளைப் பாடாது, அவர்களை "ஓதுவீராக" எனக் கூறி திருத்தூதுவராக ஆட்கொண்டருளிய புனித நிகழ்ச்சியில் தொடங்கினால் போதும்.

மக்கநகரை அண்ணல் நாயகம் வென்றது அவரது வாழ்வில் எத்துணைப் பெரிய நிகழ்ச்சி! அதைக்கூடப் புலவர் உமறு பாடவில்லையே!

அண்ணலாரின் இறுதி ஹஜ் திருப்பயணத்தின்போது ஒரு வெள்ளிக்கிழமையில் (ஹிஜிரி 10 துல்ஹஜ் 9) அரபாத் திடலில் 'கசுவா' என்னும் ஒட்டகத்தின் மீதேறிக் கூடியிருந்த இலட்சத்து இருபத்துநாலாயிரம் முஸ்லிம்களிடையில் (குத்பா என்னும்) சொற்பொழிவு நிகழ்த்துகையில், "இன்றைய தினம் உங்களுக்காக உங்களுடைய தீன் என்னும் சன்மார்க்கத்தை முழுமையாக்கினேன். என்னுடைய பேறுகளை உங்கள் மீது பூர்த்தி செய்துவிட்டேன். உங்களுக்காக இஸ்லாம் (என்னும் சாந்தி) மார்க்கத்தை நான் உவந்தேன்" என்று இறைத்திருமொழி அவர்களுக்கு அறிவிக்கப்பட்டது. அப்பொழுதுதான் அண்ணலாரின் வாழ்வுத் திருப்பணி முழுமை யாகிறது. எனவே அதுவரையுள்ள நிகழ்ச்சிகளைப் பேசாத எந்த நூலும் நபிகள் நாயகத்தின் வரலாற்றை முழுமையாகச் சொல்ல வில்லை என்றே பொருளாகும். இதை உணர்ந்துதான் காயல்பட்டினம் பனி அகுமது மரைக்காயர் 'சின்னச்சீறா' பாடினார். ரவண சமுத்திரம் ஹாஜி மொன்னான் முகம்மது காதிரி சத்தாரியும் புலவர் நாயகமும் 'ரௌலா ஷரீபில் ஜீவித்திருந்த படலம்' வரை பாடினார்கள்.

சீறாப்புராணம் தவிர முதுமொழி மாலை, சீதக்காதி திருமண வாழ்த்து, சீதக்காதி நொண்டி நாடகம், கோவை நூல் ஒன்று, சில தனிப்பாடல்கள் இவையும் உமறுப்புலவரின் படைப்புகள் என்பர். முதுமொழி மாலை சீறாவுக்கு முற்பட்டது. ஏனைய நூல்களிலேனும் சீறாப்புராணம் பிறந்த கதையாவது, உமறுப்புலவரைப் பற்றிய செய்திகளாவது காணப்படுகின்றனவா எனில், அது இல்லை. "உமறுப்புலவர் அவர்கள் தன்னைப் பற்றிய விவரங்களைத் தாம்

பாடிய மற்ற கவிதை நூல்களிலும் குறிப்பிடவில்லை" என்று தெளிவாக்குகிறார் எஸ்.ஏ. செய்யது அசன் மௌலானா.

"உமறு பற்றி ஆதாரப்பூர்வமான தகவல்கள் மிகவும் குறைவு" என்று வருந்திக் கூறுகிறார் ஆர்.பி.எம். கனி.

எனவே இதுவரை கூறிவந்த செய்திகளிலிருந்து நமக்குக் கிடைக்கும் தெளிவான செய்தி இதுதான்.

வள்ளல் நாயகத்தின் வரலாற்றைக் கவிப்பொருளாக்க எண்ணங் கொண்ட உமறு அவ்விலக்கியத்திற்குக் காப்பிய வடிவம் தரவேண்டு மென்று முதலில் எண்ணவில்லை. எனவேதான் காப்பிய மரபுகளைக் கடவுள் வாழ்த்துப் பகுதியில் அவர் அடியொற்றிச் சொல்லவில்லை.

நூலின் முதற்பகுதியில் 21 பாடல்களைப் புறத்திறனாய்வு செய்து நாம் காணும் முடிவு இது. ஆனால் சீறா நிறைவடையாததற் கான காரணத்தைக் காண இயலவில்லை.

அப்படியாயின் நாயக இலக்கியத்திற்கு முதன் முதலாக என்ன வடிவத்தைத் தேர்ந்தெடுக்க உமறு எண்ணினார் என்ற கேள்வி அடுத்து இயல்பாகவே பிறந்துவிடுகிறது.

சீறாப்புராணத்தை அகத்திறனாய்வு செய்யும்போது இக்கேள்விக்கு ஊகமாக ஒரு விடை கிடைக்கிறது.

63 ஆண்டுகள் வாழ்ந்திருந்த உமறுப்புலவரின் காலம் கி.பி. 1631 முதல் 1694 முடிய ஆகும். மிஃராஜ் மாலை பாடிய ஆலிப் புலவரைத் தவிர, உமறுவுக்கு முன்னர் இசுலாமிய இலக்கிய மரபு களைத் தமிழில் உருவாக்க முஸ்லிம் புலவர்கள் இல்லை. உமறுவின் காலத்தில் கி.பி. 1659 முடிய அரசாண்ட திருமலை நாயக்கராவார். இவர் காலம், தமிழில் சிற்றிலக்கியங்கள் பல்கிப் பெருகிய காலம். தமிழ்ச் சமய இலக்கிய வரலாற்றில் பேரலையாக எழுந்த குமரகுருபர அடிகள் பிள்ளைத்தமிழும், கலம்பகமும், மாலை நூல்களும் பாடியருளி மக்களிடம் சமயம் பரப்பிய காலம் அது. வள்ளுவர் உள்ளிட்ட எல்லாப் புலவர்களும் காலச் சூழ்நிலைக்குக் கட்டுப்பட்ட வர்களே, எனவே அக்காலப் புலவர் உமறு, நபிநாதரின் சீர்மிகு உயர்வாழ்வு காப்பியமாக்கப் படுவதற்குரிய உன்னத வாழ்வு என்பதை உணர்ந்த உமறு – பின்னர் வடிவத்தை மாற்றிக்கொண்டார் என்றாலும், சிற்றிலக்கிய வடிவம் ஒன்றையே மனத்தில் முதலில் தேர்ந்திருக்க வேண்டும். அது பிள்ளைத்தமிழ் வடிவம் என்பதே இக்கட்டுரையில் ஊகமாகக் கொள்ளப்பெறும் முடிவாகும்.

இம்முடிவை வலியுறுத்தும் சான்றுகள் நூலுள்ளே விரவிக் கிடக்கின்றன.

இறை வணக்கத்தையும் நபிகள் நாயக வாழ்த்தையும் அடுத்து 11 பாடல்களில் முறுசலீன்கள், முந்திய பதினொரு நபிமார்கள், நான்கு கலிபாக்கள், அண்ணலாரின் திருப்பேரர்கள் அசன், உசேன், 'உலுல் அஜீமி'களான சுவனவாசிகள், நான்கு இமாம்கள், முகைதீன் ஆண்டகை, சமயஞானி சதக்கத்துல்லா அப்பா ஆகியோரை வாழ்த்திப் பாடுகிறார்.

இவ்வரிசையும் வாழ்த்தும் இசுலாத்தின் பெருங்கொள்கையான இறைவனின் ஒன்றான தன்மைக்கு (ஏகத்துவத்திற்கு) முரணாகாத வகையில் பாடிய பிள்ளைத்தமிழ் நூலொன்றின் காப்புப் பருவம் போல அமைந்துள்ளன.

உமறுவுக்குப் பின்னர் 4 பிள்ளைத்தமிழ் நூல்களை இசுலாம் தமிழுக்குத் தந்ததுண்டு. ஆனால் உமறுவுக்கு முன்னர் இசுலாமியப் பிள்ளைத்தமிழ் நூல்மரபு உருவாகவில்லை என்பதை நினைவிற் கொள்ள வேண்டும்.

மதகை அடைந்த நிலையில், வெள்ளம் கரையை உடைக்க முற்படுவது இயல்பு. எழுந்துவிட்ட கவி உணர்வைப் புலவன் எங்கேனும் வெளியிட்டாக வேண்டும். பின்னர் உமறு பாடும் நபி அவதாரப் படலத்திலும் அலிமா அமுதூட்டு படலத்திலும் பிள்ளைத் தமிழ் மணமே நிறைந்திருப்பதை உணர்கிறோம்.

உடன் நனி 'கலிமா' விரலினை உயர்த்தி
உதித்தனர் மகமது நபியே!
மாநிலந் தனக்கோர் மணி விளக்கெனலாய்
மகமது நபி பிறந்தனரே!
மும்மை என்றுரைக்கும் புவனமும்
புரக்க மகமது நபி பிறந்தனரே!
மன்னிய எவரும் சொற்படி நடப்ப
மகமது நபி நடந்தனரே!
மலர் தரு சோதி முகமது விளங்க
மகமது சொல் விளங்கினரே!
மண்ணகத்திருந்து கிளை எலாம் வளர
மகமது நபி வளர்ந்தனரே!

என்று அடுக்கிய கவிதைகளில் தோயும்போது படிப்பது காப்பியமா, பிள்ளைத்தமிழா என்ற ஐயம் பயில்வார்க்கு அடிக்கடி தோன்றுகிறது. நாயகப் பிள்ளைத்தமிழ் பாட வேண்டும் என்ற புலவரின் உள்ளக் கிடக்கையைப் புலப்படுத்தும் கவிகளே இவை.

எனவே, இந்த ஆய்வின் சாரம் இதுதான். உமறுவின் நூல் ஒரு பெருங்காப்பியம் என்பதில் துளியும் ஐயமில்லை. இக்காப்பியம் எழுதும் முன் நாயக வரலாற்றைப் பிள்ளைத்தமிழாகப் பாடவேண்டும் என்னும் எண்ணமே உமறுப் புலவருக்கு இருந்தது. எனவேதான் சீறாப்புராணம் என்னும் காப்பியத்தின் கடவுள் வாழ்த்துப் பகுதி காப்பிய மரபுகளைத் தழுவாது அமைந்தது.

சீறா ஆய்வுத் திரட்டு
டாக்டர் சாகிர் உசேன் கல்லூரி, இளையான்குடி

பொருநை நதியோரம்

தமிழ்நாட்டின் சமூகப் பண்பாட்டு வரலாற்றைப் பேசவந்த அறிஞர் அனைவரும் தமிழ்நாட்டின் 'தென்' பகுதியில் அமைந்த மதுரையையே தமிழ்ப் பண்பாட்டின் தலைநகரம் என்பதோடு அமைந்து விடுகின்றனர். ஆயினும் மதுரைக்கும் தெற்கே நூற்றெண்பது கி.மீ. வரை தமிழ்நாடு பரந்த நிலப்பரப்பினையுடையது. அங்கும் வளமான நிலமும் பண்பாடும் விளங்குகிறது என்பதைப் போதிய அளவில் கணிக்க முயலாமல் விட்டுவிட்டனர்.

தமிழ்நாட்டின் தென்பகுதியான குமரி மாவட்டம் கடந்த ஏழு நூற்றாண்டுகளாக இருமொழி வழங்கும் பகுதியாகவும் திராவிடப் பண்பாட்டின் இரு கூறுகளின் சந்திப்பிடமாகவும் விளங்குகிறது. எனவே தமிழர் பண்பாட்டின் தென்னெல்லை என நெல்லை மாவட்டத்தையே கொள்ளவியலும்.

திராவிட நாகரிகத்தின் தொல்லெச்சமாகத் தென்னிந்தியாவில் அறியப்படும் ஆதிச்சநல்லூர் நாகரிகம் மேனாள் நெல்லை மாவட்டத்தின் பொருநை நதிக்கரையிலேயே அமைந்துள்ளது. 'தென்' என்ற சொல்லும் 'தெற்கு' எனும் திசையும் பக்தி இயக்க எழுச்சிக் காலத்தில் பண்பாட்டின் நிலைக்களனாகக் கொள்ளப் பட்டன.

இருப்பினும் தமிழின் தொன்மையான இலக்கியப் பகுதிகளான சங்க இலக்கியத்தில் இப்போதைய நெல்லை மாவட்டப் பகுதிகள் குறித்த போதிய சான்றுகளைக் காண இயலவில்லை. பொதிய மலையும் கொற்கை, செந்தில் ஆகிய இரு ஊர் பற்றிய குறிப்புகளுமே

சங்க இலக்கியத்தில் எஞ்சியுள்ளன. பொருநை நதிக்கரையின் பிற ஊர்கள் பற்றிய குறிப்புகள் இல்லை.

நெல்லை மாவட்டத்தின் சங்கரன்கோயில், கரிவலம் வந்த நல்லூர் பகுதிகளில் கிறித்துவின் சமகாலத்திய ரோமானியத் தொடர்புகளைக் காட்டும் சான்றுகளும் ஆதிச்சநல்லூரில் அதற்கும் சற்று முந்தியகாலப் பண்பாட்டு வெளிப்பாடும் கிடைத்துள்ளன.

பின்னர் பக்தி இயக்கக் காலத்தில் ஒப்பீட்டளவில் நெல்லை மாவட்டத்தின் பங்கு மிகக் குறைந்த அளவே தெரிய வருகின்றன. சைவ நாயன்மார் அறுபத்து மூவரில் மதுரைக்குத் தெற்கிலுள்ள நிலப்பகுதியிலிருந்து யாரும் இடம்பெறவில்லை என்பது ஆய்வுக்குரிய செய்தியாகும். அதே நேரத்தில் இப்பகுதியில் சைவத்திலும் வைணவமே வீச்சுடைய நெறியாக வாழ்ந்ததும் தெரிய வருகின்றது. இந்நிலைமைக்கான காரணங்கள் என்ன?

மறுபுறத்தில் சமணத்தின் தொன்மை சுட்டும் சான்றுகள் ஒப்பீட்டளவில் நெல்லை மாவட்டத்தில் மிகுதியாக உள்ளன. குறிப் பாகக் கழுகுமலை, வள்ளியூர், மறுகால்தலை, சிங்கிகுளம் ஆகிய இடங்களைக் குறிப்பிடலாம்.

தமிழ்நாட்டின் தொல்பழங்குடிகளுள் ஒரு பிரிவாகக் கருதப் படும் மலைப்பளியர் (மலைப்புளிஞர்), தமிழ்ச் சாதியினரில் அரிய வகையினரான பாணர், கணியர் முதலானோர் இந்த மாவட்டத்தில் வாழ்கின்றனர். இவர்களைப் பற்றிய விரிவான ஆய்வுகள் இதுவரை நிகழ்த்தப் பெறவில்லை.

பிற மொழியாளர்களாலும் படையெடுப்புகளாலும் பெரிதும் பாதிக்கப்படாமை இந்நிலப்பகுதியின் தனித்தன்மைகளில் ஒன்றாகும். அதே நேரத்தில் பதினாறாம் நூற்றாண்டில் தமிழகத்தில் கிறித்துவம் முதலில் காலூன்றியதும் பின்னர் செழித்து வளர்ந்ததும் இங்கேதான். பத்தொன்பதாம் நூற்றாண்டில் தமிழ்த் தேசிய எழுச்சிக்கும் இருபதாம் நூற்றாண்டில் அதன் வளர்ச்சிக்குமான கருத்துகள் தமிழ்நாட்டில் தஞ்சை, திருச்சி, மதுரை, நெல்லைப் பகுதிகளில் தோன்றியபோது அதில் பேரிடம் பெற்றது நெல்லை மாவட்டமே. மேற்குறித்த வரலாறு நிகழ்வுகள் காரணகாரியப் பின்னணியில் இதுவரை விளக்கப்படவில்லை. அவ்வப்போது நடைபெற்ற சில சிறிய முயற்சிகளைத் தவிர வேறு வகையில் சொல்வதானால் பொருநை நதிப் பண்பாட்டு வரலாறு காவிரி, வையை போன்று விரிவான ஆய்வுக்கு உட்படுத்தப்படவில்லை. இவ்வரலாற்றுக்குத்

தொல்லியல், தொல் இலக்கியச் சான்றுகளோடு நூற்றாண்டு வாரியான இலக்கியச் செய்திகள், கல்வெட்டுச் செய்திகள், கோவில் வரலாறுகள், வாய்மொழி வழக்காறுகள் (குறிப்பாக நெல்லை மாவட்டத்தில் பரவலாக வழங்கும் கதைப் பாடல்கள்), கோவில் விழாக்கள், சடங்குகள் போன்றவையும் கணக்கிலெடுத்துக் கொள்ளப் பட வேண்டும். (குறிப்பாக நெல்லை மாவட்டக் கல்வெட்டுகள் தொகுதி இதுவரை வெளியாகவில்லை).

மேற்குறித்த அனைத்துவகைச் சான்றுகளின் துணையோடு பொருநை நதிப் பண்பாட்டு வரலாறு எழுதப்பட வேண்டும். தமிழகத்தின் முழுமையான பண்பாட்டு வரலாற்றுக்கு வேண்டிய முன்தேவைகளில் இதுவும் ஒன்று.

◯

திருமுலைப் பிரசாதம்

நெல்லை மாவட்டம் அம்பாசமுத்திரத்திற்கு வடக்கே மூன்று கி.மீ. தொலைவிலுள்ளது சிற்றூர் மன்னார்கோவில். 'அழகிய மன்னார் இராசகோபாலன்' என்பது கோயிலில் குடிகொண்ட திருமாலின் பெயராகும். அட்டாங்க விமானம் என்னும் 'திரிதள' விமானத்துடன் கூடிய கோயில் இது. 11ஆம் நூற்றாண்டில் முதலாம் இராசேந்திர சோழன் காலத்திய கோயில். சோழனின் 24ஆம் ஆட்சியாண்டுக் கல்வெட்டு ஒன்று இக்கோயில் சேர மன்னன் இராசசிம்மனால் கட்டப்பட்டது என்று கூறுகின்றது. வழக்கமான தலபுராணம் எல்லாம் உண்டு. இக்கோயிலைப் பற்றித் திருமலை ஐ.ஏ.எஸ். எழுதிய 'இராசேந்திர விண்ணகர்' என்ற ஆங்கில நூலைத் தமிழ்நாடு அரசு தொல்லியல் துறை வெளியிட்டுள்ளது. இக்கோயிலின் இரண்டு தளங்களிலும் பிற்காலச் சேரர் ஓவியங்கள் கண்ணைக் கவர்கின்றன.

இக்கோயில் இராச கோபுரத்தை அடுத்து உட்புறமாகப் பிற்காலச் சேரர் படைப்பான மண்டபம் ஒன்றுள்ளது. பிற்காலச் சேர மன்னர்களில் ஒருவரான பூதல வீர உதயமார்த்தாண்டன் நெல்லை மாவட்டத்தின் பெரும்பகுதியை வெற்றி கொண்டபோது இந்தக் கோயிலில் இந்த மண்டபம் எழுப்பப்பட்டிருக்க வேண்டும். மண்டபத்துத் தூண் ஒன்றில் கேரள பாணி மகுடம் அணிந்த ஒரு சிலை காணப்படுகிறது. மற்றொன்றில் அரசியின் மெய்க்காப்பாளப் பெண் ஒருத்தி இடையில் குத்துவாளுடன் காணப்படுகிறாள். இது ஒரு விதிவிலக்கான காட்சியாகும். அடுத்துள்ள ஒரு தூணில் ஆறடி உயரமுள்ள கருங்கல்லாலான பெண்ணின் சிலை ஒன்று காணப் படுகிறது. இந்தச் சிலையே நம் கட்டுரைக்குப் பொருளாகும்.

சிலையில் கேரள பாணி காதணிகளும் கழுத்தணிகளும் அரை ஆடையும் கொண்டையும் காணப்படுகின்றன. மார்பில் ஆடை

எதுவுமில்லை. வலது கை பெருத்த வலது மார்பகத்தில் பாலைப் பிதுக்குகின்ற நிலையில் உள்ளது. இம்மார்பின் மேற்பரப்பில் ஓர் அங்குலம் சுற்றளவில் துளை ஒன்று காணப்படுகிறது. மார்பகத்தின் உட்பகுதி குடையப்பட்டுள்ளது. மார்பகத்தின் காம்புப் பகுதி தனியாகச் செய்து பொருத்தப்பட்டு இருந்திருக்கிறது. இப்போது அது காணப்படவில்லை. இப்போது அவ்விடத்தில் துளை மட்டும் காணப்படுகிறது. சிறு கிண்ணம் ஒன்றை ஏந்திய இடது கை வலது மார்பகத்தின் கீழே உள்ளது.

தமிழகத்தில் வேறு எங்கும் இப்படியொரு சிலை காணப் பட்டதாகக் குறிப்புகள் இல்லை. இந்தச் சிலை உணர்த்தும் பொருள் என்ன? வலது மார்பிலிருந்து பாலைக் கிண்ணத்தில் வடிக்கும் தோற்றத்தில் சிலை செதுக்கப்பட்டுள்ளது. அத்துடன் நின்றிருந்தால் ஞானசம்பந்தருக்குப் பொற்கிண்ணத்தில் தன் பாலைக் கறந்து கொடுத்த உமையவளின் சிலை என்று நாம் எண்ணிக் கொள்ளலாம். அதற்கும் வழியில்லை. ஏனென்றால், சிலை பெருமாள் கோயிலின் முன் மண்டபத்தில் வைக்கப்பட்டுள்ளது.

தமிழ்நாட்டுத் தாய்த்தெய்வ மரபில் தாய்த்தெய்வத்தின் முலையில் மானிடக் குழந்தைகள் வாய் வைத்து உண்ணுவதில்லை. எனவேதான் அவளுக்கு உண்ணாமுலையம்மை என்று பெயர் (வடமொழியில் அபித குஜலாம்பாள் – எச்சில் படாத முலையாள் என்றழைப்பர்.)

இந்தச் சிலையில் பாலை ஊற்றுவதற்காக வலது மார்பகத்தில் துளையிடப்பட்டுள்ளது. எனவே, காட்சிப் பொருளாக மட்டுமல்லாமல் ஒரு சடங்கின் பங்களிப்பிற்குரியதாக இச்சிலை இருந்துள்ளது.

அதாவது, வலது மார்பகத்தின் மேலுள்ள துளை வழியாகப் பால் ஊற்றப்பட்டு முலைக்காம்பின்வழி இடதுகை ஏந்திய கிண்ணத் தில் வழிந்து அது பிரசாதமாக வழங்கப்பட்டிருக்க வேண்டும். ஏதேனும் ஒரு திருவிழாவின் பகுதியாக அல்லது சடங்காக இது நிகழ்த்தப்பட்டிருக்க வேண்டும். உள்ளூர் வழக்கு மரபிலோ தலபுராணத்திலோ இதுகுறித்த எந்தச் செய்தியும் கிடைக்கவில்லை. பால் உண்ணும் குழந்தை உருவம் எதுவும் சிலை அருகில் வடிக்கப் படவும் இல்லை.

பாலூட்டும் தாய் என்பவள் வளமை வழிபாட்டின் குறியீடு ஆவாள். ஆயினும், பாலூட்டும் தோற்றத்தில் சிலை எதுவும் இதுவரை தமிழ்நாட்டில் கண்டறியப்படவில்லை. குழந்தையோடு தொடர்பு படுத்தப்படும் கோயில் சடங்கு ஒன்றைச் சில பெருந் தெய்வக் கோயில்களில் காணமுடிகின்றது. சில பெரிய கோயில்களில் தாமரைப்பூ உருவம் கீறிய (மேலோட்டமாகச் செதுக்கிய) கல் ஒன்று நடப்பட்டி ருக்கும். அப்பகுதி மக்கள் மகப்பேற்றுத் தீட்டு கழிந்தவுடன் பிறந்த

குழந்தையை அக்கல்லின் முன்னர் கிடத்தி வணங்கி எடுத்துச் செல்வர். இது யோனித் தெய்வ வழிபாட்டின் எச்சமாகும். ஆனால், மன்னார் கோயிலில் காணப்படும் சிலை பாலூட்டும் தாய் தொடர்பானது.

குழந்தைக்கு உணவூட்டுதல் என்பது ஒரு கோயில் சடங்காக இன்றும் கேரளத்தில் நிகழ்த்தப்படுகிறது. குருவாயூர்க் கோயிலில் நடைபெறும் 'அன்னப் பிராசனம்' (அதாவது குழந்தைகளுக்கு முதற் சோறூட்டும் சடங்கு) மிகவும் புகழ் பெற்றதாகும்.

கேரளத்தில் தெய்வ உருவங்களை வண்ணப்பொடிகளால் தரையில் எழுதி வணங்கும் முறை இன்றும் வழக்கத்திலுள்ளது. இதற்குக் 'களம் எழுதுதல்' என்று பெயர். வழிபாடுகள் முடிந்தபின் தெய்வ உருவங்களைக் கலைப்பதற்குக் 'களமழித்தல்' என்று பெயர். இது குறித்து குமரி மாவட்ட வரலாற்றாய்வாளர் அ.கா. பெருமாள் தரும் குறிப்பு நமக்குத் துணை செய்கிறது. களமழித்தல் சடங்கு, வரையப்பட்ட தெய்வ உருவங்களின் மார்பகங்களை மட்டும் வண்ணப் பொடிகளால் செய்யாது நெல்லையும் அரிசியையும் குவித்துச் செய்திருப்பர். களமழிக்கும்போது சுற்றியுள்ள மக்களுக்கு இந்த நெல்லும் அரிசியும் பிரசாதமாக அளிக்கப்படும். இதற்கு 'திருமுலைப் பிரசாதம்' என்று பெயர். குழந்தைக்குப் பால் கொடுத்தலை மலையாள மொழியில் இன்றும் 'முலை கொடுத்தல்' என்றே சொல்கின்றனர். திருமுலைப் பால் தாய்த் தெய்வத்தின் அருளாகக் கருதப்படுகிறது. இது ஆகம ரீதியிலான பெருங் கோயில் மரபன்று; நாட்டார் மரபாகும். மன்னார் கோயிலில் இச்சிலை உள்ள மண்டபம் கேரள மக்களின் பண்பாட்டு அசைவுகளில் ஒன்று என்பதில் ஐயமில்லை.

மன்னார் கோயிலோடு கேரள மக்களும் உறவு கொண்டுள்ளனர். இக்கோயிலிலுள்ள குலசேகர ஆழ்வார் சந்நிதியை எழுப்பித்தவர் மலை மண்டலத்து 'முல்லப்பள்ளி வாசுதேவ கேசவனான செண்டலங்கார தாசர்' என்பது இங்குள்ள கல்வெட்டால் தெரிய வருகிறது. எனவே, இது கேரள மக்களோடும் உறவுடைய கோயிலாக விளங்கியிருக்கிறது.

வண்ணப்பொடிகளால் களமெழுதும் வழக்கம் மேற்குமலைத் தொடரின் கீழ்புறத்தில் இல்லை. எனவே, கேரளத்துச் சிற்பியொருவன் திருமுலைப் பிரசாத வழிபாட்டைத் தமிழ்நாட்டின் கல்லிலே நிலை நாட்டியிருக்கிறான். தாய்ப்பாலை 'அம்மம்' என்பது தமிழிலக்கிய வழக்கு. நாட்டார் மரபில் 'அமுதப்பால்' என்பர். எனவே, இச்சிலையினை 'அமுதூட்டும் சிலை' என்றழைக்கலாம்.

◯

மறந்துபோன நேற்று

தொல்லியல் துறையைப்பற்றி ஒரு பழமொழி உண்டு. 'வரதட்சணை இல்லாத அழகான மணமகள்' என்று. அதனால் பெரிதும் படித்தவர்களாலேயே கவனத்தில் கொள்ளப்படாத துறை இது. ஆனால் தொன்மையான கிரேக்க நாகரிகத்தைப் பார்த்துப் பொறாமை கொண்ட ஐரோப்பிய சமூகம் தொல்லியல் ஆய்வுகளில் நாட்டம் கொள்ளத் தொடங்கியது.

இந்தியாவில் காலனி ஆட்சியாளர்களே இந்த ஆர்வத்தைப் பதிய வைத்தனர். ஹரப்பா நாகரிகம் அரிக்கமேடு கண்டுபிடிப்பு என இவையெல்லாம் காலனி ஆட்சிக்காலத்தில்தான் நடைபெற்றன.

கடந்த நான்கைந்து ஆண்டுகளாகத் தமிழ்நாட்டில் தொல்லியல் ஆய்வுகளில் ஆர்வம் அதிகரித்து வருகிறது. தமிழ்நாட்டில் தஞ்சையை மையமாகக் கொண்டு 'தொல்லியல் ஆய்வுக்கழகம்' என்ற அமைப்பு இருபதாண்டுகளாக இயங்கி வருகிறது. இது அரசு சாராத அமைப்பாகும். இதன் செயல்பாடுகளின் விளைவாக 1905இல் நிறுத்தப்பட்ட ஆதிச்சநல்லூர் அகழாய்வு 2005இல் மீண்டும் தொடங்கப்பட்டது. சத்திய மூர்த்தி, நம்பிராசன், அறவாழி ஆகிய அறிஞர்கள் இதில் பங்கேற்றனர். வழக்கம்போலவே மைய அரசின் இந்த அகழாய்வுப்பணி அறிக்கை தமிழில் இதுவரை வெளியிடப்படவில்லை. நூற்றைம்பது ஏக்கர் பரப்பளவுள்ள ஆதிச்சநல்லூரில் அறுநூறு சதுர அடிப் பரப்பில் மட்டுமே இந்த ஆய்வு மேற்கொள்ளப் பட்டது. இந்தக் குறுகிய பரப்பிலேயே நூற்று அறுபத்தைந்து தாழிகள் இப்போது கண்டெடுக்கப்பட்டுள்ளன. அவை ஒன்றன் கீழ் ஒன்றாக மூன்று அடுக்குகளாகக் காணப்பட்டன. இப்படி இன்னும் எத்தனை 'கால அடுக்குகள்' தோண்டப்படாமலேயே இருக்கின்றன என்று தெரியவில்லை. (ஓர் அடுக்கு என்பது ஒரு காலத்தைக் குறிக்கும்.) ஆனால் முந்தைய (1905) அகழ்வாய்வாளர்

களான டாக்டர் ஜேகோர், அலெக்ஸாண்டர் ரீ ஆகியோருக்குக் கிடைத்த வெண்கலப்பொருட்களில் ஒன்றுகூட இந்த ஆய்வில் கிடைக்கவில்லை (செம்பாலான ஒரு குழந்தை வளையலைத் தவிர).

இந்த 2015ஆம் ஆண்டு அகழாய்வு விவாதப்புயல் ஒன்றையும் தொடக்கிவைத்தது. கண்டுபிடிக்கப்பட்ட பானை ஒன்றின் உட்புறமாகப் பிராமி எழுத்துக்கள் இருந்ததாக முதலில் பத்திரிகைச் செய்தி வந்தது. அதைக் கண்டு தமிழ் ஆர்வலர்கள் வானத்துக்கும் பூமிக்குமாகக் குதித்தனர். பானை ஓட்டின் உட்புறமாக எழுத்து இருப்பது இந்தியாவில் இதுவரை எங்கும் கண்டுபிடிக்கப்படவில்லை, எலும்பும் சாம்பலும் படிந்த கீறல்களையே இவர்கள் பிராமி எழுத்துக்களாக வாசித்துவிட்டனர் என்பதுதான் உண்மை. ஐந்தாண்டுகள் கழித்து ஆர்வக்கோளாறு காரணமாக ஏற்பட்ட இத்தவற்றினை அரைகுறையாக ஒப்புக்கொண்டனர்.

ஆனால் ஆதிச்சநல்லூர் நாகரிகத்தைக் கரிம வேதியியல் ஆய்வுக்கு உட்படுத்தி கி.மு. எட்டாம் நூற்றாண்டுக்குக் கொண்டு சென்றது இந்த ஆய்வின் சாதனையாகும். (முந்திய ஆய்வுகள் ஆதிச்சநல்லூர் நாகரிகத்தை கி.மு. மூன்றாம் நூற்றாண்டில் நிறுத்தியிருந்தன).

ஆனால் ஆதிச்ச நல்லூர் மக்கள் பேசிய மொழி எது என்ற கேள்விக்கான விடை இன்னும் எஞ்சியே நிற்கிறது. ஆதிச்ச நல்லூர் புதைமேட்டின் குடியிருப்புப் பகுதிகளைக் கண்டறிவதற்கான முயற்சியும் முழுமையாக வெற்றி பெறவில்லை. இந்த மேட்டின் உட்புறமாக ஆற்றங்கரை ஓரமாக அமைந்திருக்கும் இரண்டு ஏக்கர் நிலப்பகுதி தொல்லியல் ஆய்வாளர்களால் இன்னமும் தீண்டப்படாத பகுதியாகவே உள்ளது.

ஆதிச்சநல்லூர் நாகரிகத்தின் வியப்புக்குரிய செய்தி, அங்கு வாழ்ந்த மக்கள் உலோகவியலில் பெற்றிருந்த அறிவாகும். இரும்பு, செம்பு, கலப்பு உலோகமான வெண்கலம் ஆகியவற்றை அந்த மக்கள் பயன்படுத்தியிருக்கின்றனர். அந்த அறிவு குறித்த எந்தக் கூடுதலான தகவலையும் இந்த 2005 ஆய்வு தரவில்லை. மாறாக புதைமேடு ஆக்கப்படுவதற்கு முன், இந்த இடம் தாதுச் சுரங்கமாக இருந்தது என்கிற தகவலை மட்டுமே தந்துள்ளார்கள்.

ஆதிச்சநல்லூருக்கு நேர் வடக்கே வல்லநாட்டு மலையில் கருங்காலி ஓடைக்கு இருபுறமாகவும் இருக்கிற இருநூறு ஏக்கர் பரப்பளவுள்ள தொல்லியல் தளத்தை மத்திய அரசின் ஆய்வுக் குழு கண்டுகொள்ளவே இல்லை என்பது வருந்தத்தக்கது.

ஆனால் தமிழகத்தில் வேறு சில இடங்களில் நடந்த ஆய்வுகள் நம்பிக்கையும் மகிழ்ச்சியும் அளிப்பனவாக உள்ளன. முதலாவது ஆண்டிப்பட்டிக்கு அருகில் பிராமி (தமிழ்) எழுத்தில் அமைந்த

நடுகற்களின் கண்டுபிடிப்பாகும். தமிழ்ப் பல்கலைக்கழக மாணவர்களே இதைக் கண்டுபிடித்தனர். இந்த நடுகல் ஒன்றில் 'ஆகோள்' என்ற சொல் கண்டுபிடிக்கப்பட்டது. இது தொல்காப்பியர் பயன்படுத்திய சொல்லாகும். "வேயே புறத்திறை ஊர்கொலை ஆகோள்" என்பது தொல்காப்பியக் கூற்றாகும். தொல்காப்பியம் வழக்குமொழிக்கு முதன்மை தந்ததற்கு இதுவே சான்றாகும். இரண்டாவதாக தமிழ் எழுத்து, மக்கள் புழங்கிய எழுத்தல்ல, அது மேலோர் மரபு சார்ந்தது என்ற பேராசிரியர் கா. சிவத்தம்பி போன்றோரது கருத்தை இந்தக் கண்டுபிடிப்பு தகர்த்தெறிந்தது.

அடுத்து, மிக அண்மைக்காலத்தில் பழனிக்குத் தெற்கே இருபது கி.மீ. தொலைவில் 'பொருந்தில்' என்ற இடத்தில் ஓர் அகழாய்வு மேற்கொள்ளப்பட்டது. பேராசிரியர் கா. இராஜன் இந்த ஆய்வை முன்னின்று நடத்தினார். ஒரே ஆய்வுக்குழியில் 7500 மணிகள் கண்டெடுக்கப்பட்டன. ஆங்கிலத்தில் 'Cornelian beads' என வழங்கும் இவற்றைத் தமிழில் 'சூது பவளம்' என்பார்கள். இந்தக் கற்கள் தமிழ்நாட்டில் கிடைப்பதில்லை. குஜராத்திலிருந்து கொண்டுவரப்பட்டதாக இருக்கலாம். கேரளத்தின் வழியாக ஐரோப்பிய நாடுகளுக்கு ஏற்றுமதி செய்வதற்காக இந்தக் கற்கள் இங்கே மணிகளாகச் செய்யப்பட்டிருக்க வேண்டும் என்று கருதப்படுகிறது. பொருந்தில் தமிழக – கேரள வணிகப்பாதையில் அமைந்திருப்பது குறிப்பிடத்தக்கது.

'பொருந்தில்' என்னும் ஊர்ப்பெயர் சங்க இலக்கியத்திலும் காணப்படுகிறது. எனவே இது சங்ககால நாகரிகத்தைக் காட்டும் கண்டுபிடிப்பு என்பதில் ஐயமில்லை.

இந்தியாவில் ஆய்வுக்குரிய தொல்லியல் தலங்களாக 3500 தலங்களை மைய அரசு பட்டியலிட்டுள்ளது. ஆனால் தமிழகத்தில் மட்டுமே 5000 தலங்கள்வரை உள்ளன என்பது கள ஆய்வாளரின் நம்பிக்கையாகும். அண்மையில் இந்தத் தொல்லியல் தலங்களைப் பேராசிரியர் கா. இராஜனின் மாணவர்கள் பட்டியலிட்டு இரு நூல் தொகுதிகளை வெளிக்கொண்டு வந்துள்ளனர் என்பது குறிப்பிடத்தக்கது.

வேர்களைப் பற்றிய அறிவு என்பது விஞ்ஞானத்தின் ஒரு பகுதிதான். பண்டைக்காலத் தொழில்நுட்பத்தைப் புரிந்து கொள்வது ஐரோப்பியக் கொடும்பிடியிலிருந்து இத்தருணத்தில் நம்மை விடுவிக்க உதவும் என்பது இடதுசாரி ஆய்வாளர்களின் நம்பிக்கையாகும்.

●